आपल्या स्नेहीजनांना पुस्तके भेट द्या

नावेतील तीन प्रवासी

द. मा. मिरासदार

I0678662

मेहता पब्लिशिंग हाऊस

- *या पुस्तकातील लेखकाची मते, घटना, वर्णने ही त्या लेखकाची असून त्याच्याशी प्रकाशक सहमत असतीलच असे नाही.*

NAVETEEL TEEN PRAVASI by D. M. MIRASDAR
नावेतील तीन प्रवासी : द. मा. मिरासदार / कादंबरी
Three Men In A Boat by Jerome K. Jerome याचे मराठीमध्ये केलेले रूपांतर

द. मा. मिरासदार
१२६०, अक्षय सहनिवास, तुळशीबागवाले कॉलनी,
सहकारनगर नं.२, पुणे - ४११ ००९

प्रकाशक : सुनील अनिल मेहता, मेहता पब्लिशिंग हाऊस, १९४१, सदाशिव पेठ, माडीवाले कॉलनी, पुणे ४११०३०.
अक्षरजुळणी : इफेक्ट्स, २१/६ब, आयडिअल कॉलनी, कोथरूड, पुणे ३८.
मुखपृष्ठ : शि. द. फडणीस
प्रकाशनकाल : प्रथमावृत्ती, १९५८ / द्वितीयावृत्ती, १९८१ / मेहता पब्लिशिंग हाऊस, पुणे यांची तिसरी आवृत्ती : मार्च, २०११ / नोव्हेंबर, २०११ / सप्टेंबर, २०१३ / पुनर्मुद्रण : जानेवारी, २०१७

P Book ISBN 9788184982305
E Books available on : play.google.com/store/books
m.dailyhunt.in/Ebooks/marathi

जेरोम के. जेरोम
यांच्या स्मृतीस आदरपूर्वक
अर्पण

प्रिय वाचक,

उत्तम भाषांतर किंवा अनुवाद हे येरागबाळाचे काम नव्हे हे खरेच आहे. पण रूपांतर हा त्याहीपेक्षा अवघड उद्योग. मूळ कलाकृतीतील वातावरण, व्यक्तींचे स्वभावविशेष, घटना, निवेदनशैली आणि या सर्वांना सुसूत्र बांधणारे लेखकाचे व्यक्तिमत्त्व, या सगळ्या भानगडी रूपांतरात टिकणे महाकठीण. एक धरावे तर दुसरे निसटते; दुसरे पकडावे तो तिसरे गडप होते. फार चमत्कारिक अनुभव. इतकेही करून कुठेतरी काही राहतेच. गच्च बसवलेल्या टोपीच्या आतून हॅटचे टोक लोंबताना कुणाकुणाला दिसते. एखाद्याच्या पायात सफाईने चपला अडकवल्या तरी हे खरे बूटमोजाचे पाय, हे सुप्रसिद्ध चाणाक्ष वाचक पटकन ओळखतो. मग सगळी गंमत निघून जाते.

जेरोम के. जेरोम यांच्या 'थ्री मेन इन् ए बोट' या गाजलेल्या पुस्तकाचे हे रूपांतर. हे करताना माझ्या मनात हा सगळा धसका होताच. 'संक्षिप्त' आणि 'स्वैर' या रूपांतरकाराच्या दोन ढाली दिमतीस असल्यामुळेच हे धाडस माझ्या हातून झाले. पुस्तकातल्या मंडळींचे पोशाख निघता निघेनात. मी ओढून काढले आणि त्यांना मुंबईकर करून टाकले. 'टेम्स' नदीला लोणावळ्याहून निघणारी 'पद्मावती'

बनवून तिचे शुद्धीकरण केले आणि तिला नाक मुठीत धरायला लावून पुण्याच्या संगमापर्यंत वाहायला लावले. आता त्यासाठी मावळ तालुक्यातील भूगोलात मला किंचित उलथापालथ करावी लागली ही गोष्ट खरी; पण ती मी नदीकाठापुरतीच केली आहे. बाकीच्या गावांच्या वाटेला गेलो नाही. हे जाणून मावळ तालुक्यातील भूगोलाचे मास्तर मला क्षमा करतील, अशी उमेद आहे.

जेरोम के. जेरोम साहेबांना न विचारताच मी त्यांचा पुष्कळसा मजकूर गाळला. काही ठिकाणी तर त्यांना बाजूला सारून माझ्या स्वतंत्र बुद्धीचा आविष्कारही करून टाकला. हे सगळे 'सोनियाचे ताटी नरोटी' ठेवल्यासारखे झाले. पण मीही एक गरीब बिचारा विनोदी लेखक आहे, हे जाणून जेरोम के. जेरोम यांचा स्वर्गस्थ आत्मा मला क्षमा करील, अशी आशा आहे.

प्रिय वाचक, आता आणखी एकच लहानशी विनंती. पुढचा मजकूर कृपा करून शेवटपर्यंत वाचावा.

१ ऑगस्ट, १९५८   **द. मा. मिरासदार**

एक

आम्ही एकूण चौघे. राजा, बंडू, मी आणि मोत्या. आम्ही चौघेही आमच्या खोलीत तंगड्या ताणून आरामशीर बसलो होतो. विड्या ओढीत आमच्या गप्पा चालल्या होत्या. अर्थात मोत्या सोडून. आमची सगळ्यांचीच प्रकृती अलीकडे फार खराब झाली होती. याच गंभीर विषयावर चर्चा चालू होती!

– तर मी सांगत होतो काय? हां, आम्ही तिघेही अर्धापाऊणतास असेच दु:खी मुद्रेनं बसलो होतो. आपल्याला कसे नर्व्हस वाटते हल्ली हे एकमेकांना सांगत होतो. सकाळी उठल्यावर मला अगदी गळून गेल्यासारखे होत होते. पण झोपण्यापूर्वी बंडूला फार थकवा यायचा इतकाच फरक. राजानेही अभिनय करून आपली व्यथा सांगितली. त्याला बहुधा रात्रभर झोप येत नसावी, असे त्याच्या हावभावावरून वाटले. खरे म्हणजे, राजाची ही शुद्ध बतावणी असावी, कारण त्याला कधीच काही होत नसते. पण लेकाचा ढोंग करण्यात पटाईत आहे फार.

याच वेळी मावशीने दार ठोठावून सांगितले,

"जेवायचं झालंय रे बाळू, वाढू का तुमची ताटं?"

"हो, हो."

असे मी म्हटले खरे, पण मोठ्या खिन्नपणाने त्या दोघांकडे पाहिले आणि एक विषादपूर्ण हास्य केले. आमची प्रकृती खालावलेली होती. पण कसेबसे चार-चार घास खाऊ या, असे आम्ही ठरवले. कारण, पोटात काहीतरी गेले म्हणजे तेवढाच रोगाला आळा बसतो, असे बंडूचे म्हणणे पडले. मावशीने पाने वाढल्यावर

आम्ही जेवायला बसलो. भात, भाजी, वरण, पोळी, शिकरण कसेबसे चिवडू लागले झाले! खाताना माझ्यात उत्साह कसा तो बिलकूल नव्हता. कारण जेवायला सुरुवात केल्यावर अर्ध्या तासाने माझे जेवणातले लक्षच उडाले. खरे म्हणजे असे कधी घडत नाही माझ्या बाबतीत. पण या खेपेस असे झाले खरे बुवा.

जेवणाचे कर्तव्य शक्य तितके बजावून आम्ही गटागटा पाणी प्यालो. हात धुवून पुन्हा सिगारेटी ओढीत बसलो. आपली प्रकृती आणि तिची सध्याची नाजूक स्थिती, या विषयावर पुन्हा आमची चर्चा सुरू झाली. आपल्याला काय नेमके झाले आहे, हे काही आम्हाला नीट सांगता येत नव्हते. पण एका गोष्टीबद्दल अगदी एकमत होते. रोग कोणताही असो, कामाचा फाजील ताण हेच त्याचे कारण होते.

बंडू मान हलवून म्हणाला,

''खरं म्हणजे आपल्याला विश्रांतीची गरज आहे नाही?''

''अलबत'' राजा म्हणाला, ''अगदी कंप्लीट रेस्ट अन् हवापालट. ह्या कामाच्या ताणानंच आपल्या तब्येती बिघडल्या आहेत. त्यासाठी हवापालट करायला पाहिजे. मनाला जरा शांतपणा पाहिजे. विचार-बिचार अजिबात डोक्यात येता उपयोगी नाही. म्हणजे ठणठणीत होईल प्रकृती माझी.''

राजाचा एक चुलत भाऊ मेडिकल स्टुडंट म्हणून गेली कित्येक वर्षे अभ्यास करतोय. त्याच्या सहवासामुळे राजाही नेहमी डॉक्टरांच्या भाषेत बोलत असतो. आनुवंशिक गुण दुसरे काय?

राजाचे बोलणे मला एकदम पटले. खरेच, असे एखादे ठिकाण शोधून काढले पाहिजे. मनुष्यवस्तीपासून लांब लांब. गर्दी-बिर्दीचा त्रास नाही. कसलाही आवाज नाही. फक्त निर्झराची गोड खळखळ. दाट झाडीत झाकलेला निसर्ग गूढ वातावरण आणि शांत एकांत... बस्-बस्! अशा एखाद्या ठिकाणी आपण आठवडाभर मोठ्या मजेत राहावे. काय गंमत येईल नाही?

मी माझे विचार बंडूला सांगितले तेव्हा तो म्हणाला, ''आहे, असं एक ठिकाण मला ठाऊक.''

''असं? कसं काय आहे ते?''

''फार छान! रात्री आठाच्या आत तिथं सामसूम अगदी. अन् कुठलंही सामान विकत आणायचं असलं तर साधारण दहा एक मैल तरी चालत जावं लागतं.''

''छट्!'' राजा म्हणाला, ''आपल्याला हवी आहे विश्रांती अन् हवापालट. रोज दहा मैल तंगड्या तोडीत कोण जातो? त्यापेक्षा आगबोटीनं छोटीशी सहल करू या. मुंबई ते कोचीन. अगदी मस्त.''

आगबोटीचा प्रवास या कल्पनेला मी अगदी कडाडून विरोध केला. समुद्राची सहल कुठे एक आठवड्याची असते काय? काही तरी मूर्खपणाची कल्पना आहे

झाले. हां, काही महिने म्हणाल तर गोष्ट निराळी. समुद्राचा प्रवास हा महिनेन्‌महिने करायचा असला तर जरा गंमत. एका आठवड्यात कसले आले आहे जलपर्यटन?

सारांश असा की, समुद्रावर फेरफटका मारायच्या कल्पनेला मी एकदम विरोध जाहीर केला. शिवाय राजा आणि बंडू यांची काळजी घेणेही माझे काम होते. माझा स्वत:चा प्रश्न नव्हता. मला तसे समुद्राचे फारसे वाटत नाही. उलट मला समुद्रप्रवास आवडतोच. पण हे दोघे नक्की आजारी पडायचे या भानगडीत.

राजाला स्वत:ला मात्र तसे वाटत नव्हते बरे का! उलट बोटीवर माणसे आजारी पडतात तरी कशी, याचे राजाला कोडेच पडले होते म्हणे. निदान तसे तो म्हणाला खरे. बंडूचेही मत तसेच दिसले. "मला तर वाटतं, लोक उगीच आपलं सोंग आणून आजारी पडत असले पाहिजेत." तो म्हणाला, "मग बोटीनं कोकणात जात असताना मी किती धडपड करायचा आजारी पडायची! पण हॅट्‌ – कधी जमलं नाही लेकाचं!"

मग त्याने मागं आपण केलेल्या मुंबई ते मालवण या प्रवासाची कथा सांगितली. "त्या वेळी समुद्र असा खवळला होता म्हणता –" बंडू सांगू लागला... "सगळ्या प्रवाशांना अगदी अंथरुणावर बांधून निजवून ठेवावं लागलं. काय समजलं? अरे, आजारी न पडलेले दोनच लोक सबंध बोटीत. एक बोटीचा कॅप्टन अन्‌ दुसरा मी. ह्यॅ: ह्यॅ:! काही वेळेला तर पुढं कॅप्टनलाही बोट लागली. पण मी?– अं... हं. अगदी शाबूत शेवटपर्यंत."

बंडू असे बोलतो आहे तेवढ्यात राजाच्या डोक्यात निराळेच काहीतरी आले. चुटकी वाजवून तो ओरडला,

"त्यापेक्षा असं केलं तर –"

"कसं?"

"आपण नदीतूनच प्रवास केला तर? कशी कल्पना आहे?"

या मुद्द्यासंबंधी आम्ही राजाला खुलासा विचारला. त्याने सांगितले की, शांत वातावरण, शुद्ध हवा आणि व्यायाम या सगळ्या दृष्टीने नदीतून प्रवास करायला फार गंमत येईल. कल्पनाही मोठी नाविन्यपूर्ण आहे. रोज नवानवा प्रदेश पाहायला मिळेल. झालेच तर वल्ही मारायचा व्यायाम करावा लागल्यामुळे भूकही सपाटून लागेल आणि मग झोपसुद्धा कशी गाढ येईल.

झोपेचा मुद्दा निघाला तेव्हा बंडूने कपाळाला आठ्या घातल्या.

"म्हणजे? राजा तू सध्या काय कमी झोपाळू आहेस काय? लेका, आत्ताच तू इतका डाराडूर झोपा काढत असतोस की, गाढ झोप यायसाठी काम करायची तुला गरजच काय मुळी? का सध्यापेक्षा तू आणखी झोपणार आहेस?"

राजा फुरंगटून म्हणाला, "हो, का?"

"ह्यः ह्यः ह्यः" बंड्याला हसू आवरेनासे झाले.

"गद्ध्या, आत्तापेक्षा तू आणखी झोपणार? म्हणजे काय करणार तरी काय तू नेमकं? अरे, दिवसाचे तास चोवीसच. उन्हाळ्यात, हिवाळ्यात केव्हाही तास एकूण चोवीसच. मग तू आणखी झोपणार याचा अर्थ तू जवळ जवळ मरणार असंच समजायला पाहिजे."

बंडू काही म्हणाला तरी एव्हढी गोष्ट खरी की राजाच्या डोक्यातून निघालेली ही कल्पना काही वाईट नव्हती. मी आणि बंडू या दोघांनीही ही गोष्ट मान्य केली. राजाचे डोके इतके चांगले चालत असेल असे आम्हाला यापूर्वी बिलकूल वाटले नव्हते.

आम्हा तिघांचे या कल्पनेबाबत एकमत झाले. फक्त मोत्याला काय ती ही कल्पना आवडल्यासारखी दिसली नाही. त्याने भुंकून आपला निषेध व्यक्त केला. नदीच्या प्रवासाचे आकर्षण त्याला काही वाटल्याचे दिसले नाही. तो पुन्हा भुंकला. त्याचे म्हणणे माझ्या ध्यानात आले.

तो जणू म्हणत होता,

'तुमच्या दृष्टीनं हा विचार ठीक झाला. पण माझं काय? मला नाही ही तुमची ही वेडगळ कल्पना पसंत. निसर्गाची शोभा वगैरे तुम्ही जे काही म्हणता ते मला नाही आवडत. तुमच्यासारखं सिगारेटी फुंकत निवांत गप्पा हाणीत बसणंही मला जमायचं नाही. माझा तुमच्या या मूर्खपणाला विरोध आहे.'

पण मोत्याचा हा विरोध आम्ही बिलकूल विचारात घेतला नाही तो एकटा आणि आम्ही तिघे होतो. तेव्हा नदीतून प्रवास करायची गंमत अनुभवायची हा ठराव तीन विरुद्ध एक अशा प्रचंड बहुमताने संमत झाला!

□

दोन

मुंबईहून पुण्याकडे येताना लोणावळ्याच्या जवळ राजेवाडी गाव आहे. लोणावळ्यापासून साधारण चार-एक मैलांवर गावाला चांगली सडक आहे. गाडीवाटही आहे. इंद्रायणीला समांतर अशी पद्मावती नदी या गावाजवळून जाते. आणि खाली वाहात-वाहात पुण्याजवळ मुळा-मुठेच्या संगमात येऊन मिळते. नदी लहानशी असली तरी तिचे पात्रखोल आहे. दोन्ही काठाने गर्द सावली आहे. त्यामुळे या नदीत जलविहार करायला पुण्यामुंबईचे लोक नेहमी येत असतात. त्यामुळे राजेवाडीत भाड्याने नावा मिळतात. बंडूचे आजोळ राजेवाडीत असल्यामुळे त्याला ही सगळी माहिती होती. ती ऐकून आम्ही हा प्रवासाचा बेत पक्का केला. राजेवाडीहून निघायचे आणि हळूहळू मजेत प्रवास करीत थेट पुण्याला येऊन दाखल व्हायचे, असे आम्ही ठरवले. मग पुढील तपशिलाविषयी चर्चा सुरू झाली –

येत्या शनिवारी राजेवाडीहून प्रवासाला शुभारंभ करायचा, हे शेवटी निश्चित ठरले. मी आणि बंडू यांनी शुक्रवारी दुपारी मुंबईहून निघून राजेवाडीला जायचे. रात्री तिथंच मुक्काम करून नावे-बिवेची जुळवाजुळव करून ठेवायची आणि भल्या पहाटे निघायचे. राजाने मात्र मागून यायचे. कारण त्याला काही शनिवारी दुपारपर्यंत मुंबईतून मोकळीक नव्हती. (राजा मुंबईतल्या कुठल्याशा बँकेत रोज दहा ते दुपारी चारपर्यंत झोप काढीत असतो. फक्त शनिवार सोडून. शनिवारी मात्र दुपारी दोनलाच तिथली मंडळी त्याला हलवून जागे करतात आणि बँकेबाहेर काढतात.) राजाची ही अडचण होती. त्यामुळे तो कोळेगावला – आमच्या मुक्कामाच्या पहिल्या टप्प्यावर येऊन आम्हाला मिळणार होता.

आता प्रश्न आला राहण्याचा. रात्री मुक्काम कुठं करायचा? जवळपास एखादी मोडकीतोडकी खानावळ, धर्मशाळा पाहायची, का एखादा छानपैकी तंबू नदीकाठाला

ठोकायचा आणि त्यात राहायचे?

माझे आणि राजाचे एकमत झाले. बस्स, तंबूची कल्पना उत्तम. नदीकाठचा निसर्ग, छान मोकळी हवा, अहाहा...!

माझ्या डोळ्यासमोर पुढचे चित्र उभे राहिले देखील...!

...संध्याकाळ झाली आहे. ढगांचे सर्वांग चित्रविचित्र रंगांनी माखणारे सूर्याचे सोनेरी किरण हळूहळू लुप्त होत आहेत. सूर्य क्षितिजाखाली बुडत आहे. बराच वेळ रडून रडून अखेरीस गप्प झालेल्या बालकांप्रमाणे पाखरांची कुलकुल बंद पडत आहे. सगळीकडे कशी गाढ शांतता. फक्त पाणकोंबड्यांचा आणि बेडकांचा कर्कश आवाज कानावर येतो आहे. हळूहळू चांगली रात्र पडते. नदीच्या दोन्ही काठाला अगदी दाट काळोख भरून राहिला आहे. काठावरच्या झाडांच्या विचित्र सावल्या पुढेपुढे सरकत आहेत. आता कुठेही प्रकाश नाही. अंधाराचे दाट आवरण सगळीकडे पसरते. मग अंधकारात बुडालेल्या धरित्रीभोवती आपले काळे पंख पसरून निशादेवी सिंहासनावर बसते. तारकांनी प्रकाशमय केलेल्या आपल्या अज्ञात, अद्‌भुत प्रासादातून शांततेच्या साम्राज्याची ग्वाही फिरवते.

...एक शांत निर्जन जागी आम्ही आमची नाव नेऊन लावतो. ते रानातले साधेच पण रुचकर जेवण. त्याच्यावर ताव मारून आम्ही सिगरेटी पेटवतो. मग एखाद्या गाण्याच्या लयीप्रमाणे आमच्या गप्पांना लय येते. अधूनमधून आमचे बोलणे थांबते. आम्ही नदीकडे स्तब्धपणे पाहात बसून राहतो. आमच्या नावेभोवती नदीचे पाणी फेर धरीत असते. त्याचा आवाज आम्हाला कसा स्पष्ट ऐकू येत राहतो. असे वाटते की, वर्षानुवर्षे या नदीने हृदयाशी धरून ठेवलेल्या गूढ गोष्टी आणि गायलेली गाणी आम्हाला ती उकलून सांगत आहे. तिचे हे बोलणे आम्हाला कसे स्पष्ट समजते. तिच्या वक्षावर विसावा घेत असताना आम्हाला तिचे स्वरूप विविध रीतीने बदलत असलेले दिसते. तिच्या मनातल्या कितीतरी गोष्टी आम्हाला समजल्यासारख्या वाटतात. कुणी विचारले तर आम्हाला त्या सांगता यायच्या नाहीत. पण तरी त्या समजतात एवढी गोष्ट खरी.

...तटस्थ होऊन आम्ही तिच्याकडे बघत बसून राहतो. स्वच्छ पाण्यात झिरपलेले चांदणे आम्हाला दिसू लागते. मग असे वाटते की या नदीवर निरतिशय प्रेमाचा वर्षाव करणारा चंद्र तिला भगिनी-प्रेमाने अलिंगन देण्यासाठीच जणू खाली वाकला आहे आणि आपले रुपेरी बाहु तिच्याभोवती पसरत आहे. अखंड गात आणि नाना गुजगोष्टी करीत पुढे चाललेल्या आणि सागराला मिळण्यासाठी जणू उत्सुक झालेल्या तिच्या प्रवाही पात्राकडे आम्ही मूक होऊन पाहात राहतो. आमचे आवाज लोपतात. हातातील सिगारेट विझून जातात; पण आम्ही तसेच तटस्थपणे बसून राहतो. विचारांचा कल्लोळ मस्तकात उठत असतो. हे विचार सुखद

असतात, दुःखद असतात. पण आम्हाला बोलावेसेच वाटत नाही. शेवटी आम्ही सिगारेटी फेकून देऊन उठतो. जडपणे एकमेकांचा तात्पुरता निरोप घेतो आणि वाहात्या पाण्याचे मंजूळ स्वर नि झाडांची गूढ सळसळ ऐकतऐकतच झोपी जातो. धुंद होऊन झोपी जातो. वर आकाशात चांदण्या लुकलुकत असतात. सगळे जग पुन्हा पहिल्यासारखे तरुण आणि मधुर झाल्याची गोड स्वप्ने आम्हाला रात्रभर पडत राहतात. ती पाहता पाहता असे वाटते की फारफार वर्षांपूर्वी या जगाचा मुखवटा असाच हसरा होता काय? असेल. दुःख आणि चिंता यांचा स्पर्शही त्या वेळच्या जगाला झाला नसेल. आपल्या पुत्रांच्या पापांनी आणि अनुचित कर्मांनी या धरित्रीच्या प्रेमळ हृदयाला आज अशा वेदना होत असतील तशा त्या वेळी होत नसतील. खरोखर त्या वेळी एखाद्या नवजात मातेप्रमाणे ती आम्हा मुलांना आपल्या छातीशी प्रेमभराने कुरवाळून आमचे संगोपन करीत होती. पण तिच्या प्रेमळ मिठीत राहण्याचे सुख आम्हाला फार काळ लाभले नाही. सुधारणा आणि संस्कृती यांच्या वाऱ्यांनी आम्हाला या निसर्गमातेपासून किती लांब नेले! या कृत्रिमतेने आमच्या जीवनावर केवढी पकड बसवली आहे! इतकी की पूर्वीच्या साध्या, निसर्गाच्या कुशीत सामावून राहणाऱ्या जीवनाची आम्हाला आता केवढी लाज वाटू लागली आहे...!

अशा काही उदात्त आणि दिव्य विचारात मी अगदी गुंग होऊन गेलो होतो. तेवढ्यात बंडू म्हणाला,

"तंबूत मुक्काम – हां, कल्पना ठीक आहे. पण पाऊस पडायला लागला तर मग?"

बंडूचे आमच्यासारखे नाही. त्याचे डोके नेहमी जाग्यावर असते आणि पाय भुईवर असतात. तो भावनावश कधी व्हायचा नाही. कधी त्याचे मग उचंबळून आले आहे, कधी एखाद्या गोष्टीसाठी याने जिवाचा आटापिटा केला आहे? नाव नको! बंड्याच्या डोळ्यात चुकूनसुद्धा पाणी येत नाही. त्याच्या डोळ्यात पाणी आलेले कधी कुणाला दिसले, तर खुशाल समजावे की जवळपास कुणी कांदा चिरीत असावे, नाहीतर त्याने कपाळाला अमृतांजन तरी चोळलेले असावे.

रात्रीच्या वेळी एखाद्या सुंदर तळाच्या काठाला तुम्ही बंडूबरोबर फिरायला जा आणि म्हणा –

"या पाण्याचा मंद आवाज मोठा मजेदार वाटतो नाही बंड्या? असं वाटतं की या पाण्याखाली जलदेवताच उभ्या असाव्यात अन् मोठ्या मधुर स्वरात गाणं म्हणत असाव्यात नाही का?"

– की लगेच बंडू तुमची पाठ थोपटील आणि म्हणेल,

"खरं सांगू?... मला वाटतं तुला जरा थंडी बाधलेली दिसतेय. आता असं करू या, जरा चल माझ्याबरोबर. इथं कोपऱ्यात एक छान हॉटेल आहे. जरा बसून

आपण ताजा वडा खाऊ अन् गरमगरम चहा पिऊ. तिथला वडा खाल्लाहेस का कधी? अरेरे! फार मस्त. तुझी थंडीबिंडी एकदम खलास होईल बघ.''

बंडूला नेहमी जवळपासच्या कोपऱ्यावर असणारे एखादे हॉटेल माहीत असते. अन् तिथला वडा नाहीतर मिसळ, चहा यांची चवही लेकाच्याला ठाऊक असते. मला वाटते, चुकूनमाकून बंड्या उद्या तुम्हाला स्वर्गात भेटला – निदान अशी गोष्ट घडेल असं आपण समजून चालू या – तर तो लगेच तुम्हाला नमस्कार ठोकील आणि म्हणेल –

''तुम्हीही आलात का महाराज इथं? वा! मजा आली. मग यायचं का? इथं त्या पलीकडच्या कोपऱ्यावर एक झकास हॉटेल आहे. भजी अगदी फर्मास मिळतात.''

बंडूचे हे एकंदरीत असे असते.

पण तंबू ठोकून राहण्याच्या बाबतीत त्याने सांगितलेली अडचण खरी होती. पाऊस पडायला लागला तर तंबूचा काय उपयोग?

अहो कल्पना करा... संध्याकाळ झालेली आहे. तुम्ही अगदी चिंब भिजलेले आहात. नावेतसुद्धा चांगले वीतभर पाणी साठले आहे. आतले सगळे सामानही भिजून ओलेकच्च झाले आहे. होता होता तुम्हाला नदीच्या काठाला कुठेतरी कोरडी जागा दिसते. तुम्ही खाली उतरून तंबू बाहेर काढता. कुणीतरी दोघे जण तंबू ठोकायला पुढे सरसावतात. तंबूचे कापड भिजून भिजून चांगले गच्च अन् जाड झालेले असते. ते इकडे-तिकडे हेंदाळते आणि तुमच्याच अंगावर आदळते. डोक्याला चांगला दणका बसून तुम्हाला अगदी बुडबुडा येतो. या वेळेपर्यंत पाऊस सारखा झिमझिम येतच असतो. एरवीच्या वेळी तंबू ठोकणे म्हणजे सुद्धा काही कमी दगदग नसते. मग जिकडे-तिकडे चिकचिक झाल्यावर काय विचारावे? एखादा पर्वत उचलून दुसरीकडे ठेवण्यासारखे हे काम अवाढव्य वाटायला लागते. त्यातून तुम्हाला मदत करायला आलेला दुसरा प्राणी अगदी गाढवासारखा आहे, असे तुम्हाला दिसायला लागते. तुम्ही तुमच्या बाजूच्या खुंट्या अगदी पक्क्या रोवता, तेवढ्यात हा शहाणा तिकडून असा एक जोराचा हिसका देतो की तुमचे श्रम अक्षरश: पाण्यात जातात.

संताप येऊन जर तुम्ही ओरडलाच –

''ए गाढवा, अरे काय चाललंय तुझं तिकडं?''

– की तोही तिकडून तितक्याच जोरात ओरडतो –

''अन् तुझं तरी काय चाललंय मग? एक साधं काम जमत नाही तुला? गंमत आहे!''

''ताणू नकोस दोर फार. छ्या:! – सगळा चुथडा केलास कामाचा. गाढव,

बेअक्कल!'' तुम्ही म्हणता.

''मी? भले शाबास! तूच गद्ध्या वाटोळं केलंस सगळं अन् वर मलाच शिव्या? छान! अगदी बिनडोक आहेस निव्वळ.''

''कोण मी बिनडोक?''

''दुसरं कोण? तूच.''

''तू आहेस गद्ध्या, तू.''

''मी नाही, तूच.''

शेवटी तोही मोठ्यांदा ओरडायला लागतो अन् तुम्हीही मोठ्यांदा ओरडायला लागता. या मूर्खाला चांगली शिक्षा केली पाहिजे असे तुम्हाला वाटू लागते. मग तुम्ही तंबूचे तणावे एकदम असे ओढता की, त्याच्या बाजूच्या सगळ्या खुंट्या उपटून वर येतात.

''वा रे गधड्या, वा!''

असे म्हणून तो शिव्या द्यायला लागतो. त्याच्या त्या शिव्या तुम्हाला अगदी लख्ख ऐकू येतात. तो शिव्या घालीत तुमच्याकडे यायला निघतो आणि त्याच वेळी तुम्हीही संतापाने त्याच्या दिशेने धावत जाता. याचा परिणाम इतकाच होतो की, तुम्ही दोघंही तंबूभोवती बराच वेळ प्रदक्षिणा घालीत राहता आणि त्याचवेळी मधला तंबू धाडदिशी कोसळून जमिनीवर आडवा होतो. या उद्ध्वस्त प्रकाराकडे तुम्ही दोघेही पाहात उभा राहता आणि शेवटी एकदमच ओरडता,

''बघितलंस? तरी मी तुला सांगत होतो –''

दरम्यान तुमच्याबरोबरच्या तिसऱ्या माणसाने नाव काठाला लावलेली असते. आत साठलेले पाणी उपसून उपसून त्याची दमछाक झालेली असते. आपले सगळे काम आटोपून निदान दहाएक मिनिटे तरी तो ताटकळत उभा असतो. तंबू ठोकायचा उद्योग सोडून तुम्ही दोघे एकमेकांना शिव्या घालीत का उभे आहात याचा त्याला काही उलगडाच होत नाही. मग तोही तुम्हाला शिव्या द्यायला लागतो...

अखेरीला तंबू ठोकायचे काम होते. कसेबसे पुरे. तुम्ही सगळे नावेतले सामान बाहेर आणता. शेकोटी पेटवायची सोय नसते. सामानात एखादा लहानसा स्टोव्ह-बिव्ह असतो. तोच पेटवून तुम्ही त्याच्याभोवती घोळामोहाने बसता. रात्रीच्या जेवणात पावसाचे पाणी हाच जिन्नस सर्वांत प्रमुख. बरोबर आणलेल्या पोळ्यांत पाणी शिरून त्या चांगल्या जडशीळ झालेल्या असतात. कोरडी म्हणून केली भाजी, पातळ भाजी म्हणून खावी लागते. तूपसाखरेला तर प्रवाही, द्रव स्वरूप प्राप्त झालेले असते. मीठ-बीठ असल्या वस्तू आपल्या मूळ स्वरूपाला जाऊन पोचलेल्या असतात ते वेगळेच. काही जिनसांचा तर एकच गोपाळकाला होऊन त्यांचा निराळाच कसला तरी नवीन पदार्थ झालेला असतो. हां, त्यातल्या त्यात

एक गोष्ट बरी असते. तुमचे खिशातले सिगारेटचे पाकीट शाबूत असते. त्यामुळेच तुम्हाला जरा धीर येतो. आयुष्यात काही तरी जगण्यासारखे आहे असे वाटू लागते.

रात्री झोपेत तुम्हाला भयानक स्वप्ने पडतात. त्यातले शेवटचे स्वप्न तर फारच भयानक असते... एक हत्ती आपल्या छातीवर दाणदिशी येऊन बसलेला आहे... मग ज्वालामुखीचा असा भयंकर स्फोट झालेला आहे म्हणता की, आपण अगदी पार समुद्राच्या तळाशी फेकले गेलो आहोत – अगदी उरावरचा हत्ती तसाच घेऊन आपण उडालो आहोत, असे तुम्हाला स्वप्नात दिसते. घामेघूम होऊन तुम्ही जागे होता. काही तरी भयानक प्रकार घडला आहे एवढे नक्की! काय झाले काय? पहिल्यांदा वाटते, जगाचा अंत-अंत म्हणतात तो तर जवळ आलेला नसेल ना? पण तशातला काही प्रकार नाही हे मागून ध्यानात येते. मग काय? चोर-दरोडेखोर तर नाहीत? हा विचार मनात आल्याबरोबर स्वाभाविकपणे त्याची प्रतिक्रिया तुमच्या तोंडातून बाहेर पडते. पण कुणी, कुणी तुमच्या साह्याला येत नाही. हजारो लोक आपल्याला अक्षरश: लाथा घालून तुडवताहेत, असा काही तरी भास व्हायला लागतो.

आपल्यासारखेच दुसरेही कुणी तरी संकटात सापडले आहे, असे याच वेळी वाटायला लागते. तुमच्या अंथरुणाखालून कुठून तरी जोरात किंकाळ्या ऐकू येतात. तुम्ही मनात म्हणता, आता काय व्हायचं असेल ते होऊ दे आणि जोराजोराने हातपाय झाडायला लागता... ओरडता. अखेर तुमची धडपड यशस्वी होते. नाकात एकदम स्वच्छ हवा शिरते. डोके वर काढून तुम्ही पाहता. अगदी हाताच्या अंतरावरच अर्धेमुर्धे कपडे घातलेली कुणी तरी व्यक्ती तुम्हाला खाऊ की गिळू अशा मुद्रेने उभी असते. आता अगदी जीवनमरणाचा प्रश्न या दृष्टीने तुम्ही मनाची तयारी करता. पण तेवढ्यात तुमच्या ध्यानात येते. अरे, हा तर आपल्याबरोबर असलेला नान्या.

"शाबास! तू आहेस होय?"

याच वेळी नान्याही आपल्याला ओळखतो आणि विचारतो, "अरे, तू होय?"

"म-मीच आहे." डोळे चोळत चोळत तुम्ही म्हणता,

"पण काय, झालं तरी काय?"

"तंबू कोसळून खाली अंगावर पडला, दिसत नाही का?"

"आँ? मग मन्या कुठाय?"

मन्या कुठेच दिसत नाही. तुम्ही दोघेही आपले आवाज चढवता आणि मोठमोठ्यांदा मन्या, मन्या म्हणून हाका मारायला लागता. तेवढ्यात तुमच्या पायाखालची भुई थरथरायला लागते आणि तिथूनच कुठूनतरी कुचंबलेला करुण आवाज ऐकू येतो,

"अरे, मला बाहेर काढा कुणीतरी, मेलो –"

त्या मोडक्यातोडक्या, भुईसपाट झालेल्या तंबूतून हा आवाज येतो आणि त्यातून मन्या कसाबसा बाहेर येतो. येतो तो संतापून तुमच्या अंगावर धावून येतो. कारण हा सगळा प्रकार तुम्ही मुद्दाम केलेला आहे, असे त्याला वाटत असते.

मग सकाळी उजाडल्यावर तुम्ही तिघेही घुम्यासारखे गप्पच असता. रात्रभर थंडीने काकडल्यामुळे बोलणे शक्यच नसते.

तंबूचा हा असा सगळा प्रकार असतो!

त्यामुळे विचार करून आम्ही ठरवले की तंबूची कल्पना रद्द. एरवी आपले बाहेर झोपावे उघड्यावर. पाऊस येतोय असे वाटले किंवा कंटाळाच आला एखाद्या दिवशी, तर कुठलीतरी खाणावळ नाहीतर धर्मशाळा खुशाल जवळ करावी.

आमचा हा विचार पक्का झाला तेव्हा मोत्याने भुंकून-भुंकून आपली संमती जाहीर केली. आमचा मोत्या हा मोठा गमत्या प्राणी आहे. तुम्ही त्याच्या चेहऱ्याकडे पाहिले तर तुम्हाला असे वाटेल की, मानवजातीच्या उद्धारासाठी हा कोणी देवदूत तर पृथ्वीच्या पाठीवर अवतरला नाही ना? इतका लेकाच्याचा चेहरा मोठा गरीब दिसतो. 'हे जग काय नीच आहे! ते सुधारावं म्हणून मला मनातनं इतकी तळमळ लागलेली आहे म्हणता –' असा भाव त्याच्या चेहऱ्यावर नेहमी दिसत असतो. पण स्वारी फार बिलंदर आहे बरे. पहिल्यांदा तो माझ्याकडे आला तेव्हा माझा असाच गैरसमज होता. त्या वेळी त्याचा गरीब अन् सज्जन चेहरा पाहून मला वाटायचं की मेल्यावर हा लेकाचा अगदी रथात नाहीतर विमानात बसून वैकुंठाला जाणार. पण माझा हा गैरसमज त्याने अगदी झटपट नाहीसा केला. आल्याबरोबर चार-दोन दिवसांत त्याने गल्लीतल्या एका कोंबडीवाल्याच्या कोंबडीची डझनभर पिल्ले मारून टाकली. मला झक्कत त्याचे पैसे भरावे लागले. रस्त्यावर हिंडून त्याने आपल्या जातभाईशी एकूण एकशे चौदा मारामाऱ्या एका दिवशी केल्या. आता बोला! एकदा तर पलीकडच्या चाळीतल्या बाईने आपले मेलेले मांजर दरादरा ओढीत माझ्यापुढे टाकले आणि मोत्याबरोबर माझाही उद्धार केला. आमच्या घरमालकाने तर याच्या भुंकण्याला भिऊन अख्खी रात्र बाहेर थंडीत कुडकुडत काढली तेव्हा तर मला फारच धास्ती वाटली. पण तेवढ्यात आमचा घरापुढच्या बागेतले उंदीर खाऊन त्याने मालकाला जरा खूश केले म्हणून तो बचावला. आता सध्या त्याचा उद्योग एवढाच. गल्लीत राहणाऱ्या जातभाईंची टोळी गोळा करायची आणि दुसऱ्या कुठल्या तरी टोळीवर तुटून पडायचे बस्! दुसरा धंदा नाही. कुठेही गर्दी दिसली की स्वारी खूश. म्हणून खानावळ, धर्मशाळा हे शब्द ऐकल्यावर त्याने भुंकून आपली संमती जाहीर करून टाकली.

आमची चौघांची व्यवस्था ही अशी ठरली. आता आणखी एक प्रश्न उरला.

बरोबर काय काय सामान घ्यायचे?

चर्चा सुरू झाली तसे बंडूने सुचवले,

''मला वाटतं आता बराच उशीर झालाय. आपण थोडंसं बाहेर पडून पहिल्यांदा पाय मोकळे करू या. काय? इथून जवळच कोपऱ्यावर एक हॉटेल आहे तिथं दहीवडा अगदी फर्मास मिळतो. एकदा खाऊन पाहिलाच पाहिजे प्रत्येकानं, हां.''

बंडूची ही सूचना राजाला एकदम पटल्यासारखी दिसली. तो म्हणाला,

''हां, हां काहीतरी खाऊन घेऊ या आधी. मलाही जरा भूक लागल्यासारखे वाटतंय.''

राजाला भूक लागलेली नाही असा एकही क्षण मला कधी आठवत नाही. चावट लेकाचा!... पण खरं म्हणजे मलाही आता थोडेसे खाऊन घ्यावेसे वाटत होते. काहीतरी खाऊन वर गरमगरम चहाचे घुटके घेतल्यावर लिव्हर जरा काम करायला लागेल असे मला वाटले, तेव्हा चर्चा थांबवली. बाकीचे आता उद्या ठरवू या, असे म्हणून आम्ही घराबाहेर पडलो.

□

तीन

दुसऱ्या दिवशी पुढचे बेत आखण्यासाठी आम्ही पुन्हा जमलो तेव्हा बंडू म्हणाला, ''हां, आता पहिली गोष्ट, बरोबर काय काय घ्यायचं आपल्याला? बाळू, तू एक कागद घे अन् लिही पाहू भराभर. राजा, तू एकेक जिनसाची नावं सांग. अरे, कुणीतरी पेन्सिल द्या पाहू मला. मग मीच सगळी पक्की यादी मागनं करतो.''

हे बंडूचे मोठे वैशिष्ट्य. कुठल्याही कामाची जबाबदारी अंगावर घ्यायची भारी घाई. अन् तितकीच ती दुसऱ्या कुणाच्या अंगावर टाकायचीही.

त्याच्या या असल्या वागण्याने मला नेहमी आमच्या दिगूमामाची आठवण होते. आमचे दिगूमामाही असेच. कुठलीही गोष्ट त्यांनी हाती घेतली रे घेतली की, सगळ्या घरात अगदी गोंधळ. एखादा देवादिकाचा फोटो भिंतीवर लावायचा असला की साहजिकच आमची मामी म्हणायची,

''हा फोटो तेवढा लावायचा होता भिंतीवर –''

त्याबरोबर दिगूमामा म्हणायचे,

''हात्तिच्या! एवढंच ना? मग मी लावतो की. तुम्ही कुणी काही करू नका. माझ्याकडं लागलं ते. आहे काय त्यात?''

एवढं बोलून ते अंगातला सदरा-बिदरा काढून आणि धोतराचा काचा-बिचा मारून कामालाच लागायचे. पहिल्यांदा दुसरा कुणीतरी पोरगा लगेच जायचाच. कारण हे खिळे कसले अन् किती उंची आणायचे हे सांगायचे विसरलेलेच असायचे. हळूहळू त्यांचा सगळ्या घरात धुडगूस सुरू व्हायचा.

''हां, सद्या, तू जा अन् तेवढा हातोडा आण बरं कुठनं तरी,'' ते ओरडायचे. ''अन् विनू, तू माझा रूळ आण. बागेतली शिडी अन् खुर्चीही लागेल बरं का रे. बाळू, तू काय करतोयस? असं कर – ए त्या जोशांच्याकडे पळ बघू. त्यांना

म्हणावं, दिगूमामांनी आता तुमचा पाय कसा काय आहे म्हणून विचारलंय. काय?... अं? अन् म्हणावं, तुमची ती लांब पट्टी देता का? जा पळ. हे बघ ए सोने, तू जाऊ नकोस इथनं. कुणीतरी दिवा धरायचा लागेल मला. लिली परत आली म्हणजे मला सांग. तिला पुन्हा पाठवायचंय सुतळी आणायला अं – विनू, कुठाय हा शिंचा... हा, तू इकडं ये बघू वर हा फोटो दे मला....''

अशा रीतीने मामाची स्वारी खुर्चीवर चढून फोटो लावायला लागायची. या धांदलीत फोटो एकदा तरी खाली पडायचाच अन् त्याची फ्रेम निसटायचीच. पण निदान काच फुटू नये म्हणून मामा धडपडायचे आणि त्या गडबडीत स्वत:ची बोटे छान कापून घ्यायचे. मग ते खोलीभर इकडेतिकडे हिंडून आपला हातरुमाल कुठाय म्हणून हुडकायचे. हा हातरुमाला अर्थातच लवकर काही सापडायचा नाही. कारण तो त्यांनी बाजूला काढून ठेवलेल्या नेहरू शर्टाच्या खिशात असायचा आणि आपण शर्ट कुठे ठेवलेला आहे हे त्यांच्या बिलकूल लक्षात राहिलेले नसायचे. शेवटी त्यांच्याबरोबर सगळे घर तो शर्ट शोधू लागायचे. ही सगळी शोधाशोध चालू असताना इकडे मामांचे तोंड एकसारखे वाजतच असायचे.

''छया: छया:! सबंध घरात कुणाला माहीत नाही माझा शर्ट कुठाय? कठीण आहे बुवा. सबंध जन्मात मी असला प्रकार कुठं पाहिला नाही. सहा-सहा जण आहात तुम्ही! लेको, माणसं आहात का भुतं? एक शर्ट तो काय माझा, पण कुठं ठेवलाय मी काही सापडत नाही ना तुम्हाला? धन्य आहे धन्य! मूर्ख, शंख, नालायक आहात सगळे –''

हे बोलत असताना ते एकदम उठून उभा राहायचे. कारण, इतका वेळ आपण शर्टावर बसलो होतो हे त्यांच्या लक्षात यायचे. मग ते पुन्हा गरजायचे,

''हां, पुरे लेको तुमची शोधाशोध! शेवटी मीच हुडकून काढला. छ्या:! – तुम्हाला कुठलही काम करा म्हणून सांगावं बघा माणसानं.''

शर्टातला हातरुमाल काढून तो कापलेल्या बोटांना गुंडाळण्यात अर्धा एक तास तरी जाई. तेवढ्यात नवी काच आणून कुणीतरी फ्रेमला बसवलेली असे. शिडी, खुर्ची, दिवा, बाकीची सगळी हत्यारे यांची जमवाजवम होई. मग फोटोवर लावायला पुन्हा मामा खुर्चीवर चढत त्या वेळी घरातली सगळी माणसं त्यांच्याभोवती खाली अर्धवर्तुळाकार उभे राहून त्यांच्या साह्याला तत्पर असत.

दोघांनी मिळून ती खुर्ची धरायची. तिसऱ्याने हात पुढे करून दक्ष स्थितीत उभा राहायचे. चौथ्याने त्यांना खिळा द्यायचा अन् पाचव्याने हातोडा त्यांच्या हातात ठेवायचा. हा सगळा प्रकार होईपर्यंत हातातला खिळा एकदम निसटून खाली पडायचा.

''चुक् ऽऽचुक्'' किंचित रुष्ट होऊन ते असा आवाज करायचे. ''आता खिळा कुठे बोंबलला?''

आम्ही सगळे जण गुडघ्यावर वाकून त्या खिळ्याचा तपास करीत हिंडायचो. तोपर्यंत हे आपले खुर्चीवरच उभा राहून गुरगुरायचे, ''आता काय संध्याकाळपर्यंत मला असंच खुर्चीवर उभा करून ठेवणार आहात काय?''

अखेरीला खिळ्याचा पत्ता लागायचा. पण तेवढ्यात हातोडाच कुठेतरी बेपत्ता झालेला असायचा.

''अरे, हातोडा कुठाय? आत्ता कुठंतरी ठेवला ना मी? धन्य आहे बुवा? माझ्या हातातला हातोडा कुठं गेला माहीत नाही तुम्हाला? छ्या:! एक गधडा कामाचा नाही कुणी –''

आम्ही हातोडाही अखेर हुडकून काढीत असू. पण तेवढ्यात खिळा भिंतीवर जिथं मारायचा तिथं केलेली खूण नजरेतून निसटलेली असायची. मग आम्ही तेरांपैकी प्रत्येक जण त्यांच्या शेजारी खुर्चीवर चढून उभे राहायचो आणि ही खूण हुडकून काढण्याचा उद्योग करीत राहायचो. आमच्यापैकी प्रत्येकाला ही खूण भिंतीवर वेगवेगळ्या जागी दिसायची. याचा परिणाम शेवटी असा व्हायचा की एका मागोमाग एक सगळ्यांनाच मामा, गाढव ठरवून मोकळे व्हायचे आणि 'चल गाढवा उतर खाली' असं ओरडायचे. मग मामा मोजायची लांब पट्टी पुन्हा हातात घ्यायचे आणि पुन्हा अंतर मोजायचे. भिंतीच्या कोपऱ्यापासून सुमारे साडे-पंधरा आणि दोन अष्टमांश इंचावर त्यांना ही खूण पाहिजे असायची, त्याचा हिशेब ते मनातल्या मनात इतक्या वेळा करायचे की, शेवटी ते स्वत:च अगदी पिसाळून जायचे.

या वेळी आम्ही सगळे आमच्या मनाशीही हा हिशेब करीत असू. आम्हा प्रत्येकाचा आकडा अर्थातच अगदी स्वतंत्र यायचा आणि आम्ही एकमेकांकडे संशयाने पाहायला लागायचो. या सगळ्या काथ्याकुटांत मूळ आकडा पुन्हा विसरला जायचा. दिगूमामांना परत पहिल्यापासून मोजमाप घेत बसावे लागायचे. या खेपेला ते पट्टीऐवजी दोरीच्या तुकड्याने मोजायला लागायचे. या कार्यक्रमाच्या वेळी ते खुर्चीवरून सुमारे पंचेचाळीस अंशाचा कोन करून पुढे वाकलेले असत. आपल्या पल्ल्याबाहेर सुमारे तीन इंचावर पोचण्याची त्यांची धडपड चाललेली असे. मग एकाएकी भिंतीवरची दोरी निसटायची आणि ते दाणदिशी धडपड धडपड करीत खाली आपटायचे. खाली नेमकी बाजाची पेटी उघडी असायची तिच्यावरच ते आदळायचे. अशा जोराने आदळायचे की पेटीतले सगळे सूर आणि सगळ्या पट्ट्या एकदम एकावेळी वाजायच्या आणि फारच भीषण आवाज निघायचा.

मग मात्र मामी जोरजोराने ओरडायची. तिच्या त्या ओरडण्याचे तात्पर्य एवढेच असे की, झाले हे बस्स झाले; आपण काही आता मुलांना इथं उभा राहू देणार नाही अन् असल्या ग्राम्य शिव्या त्यांच्या कानावर पडूही देणार नाही.

सरतेशेवटी ती खूण पक्की करण्यात दिगूमामा कसेबसे यशस्वी होत. मग डाव्या हाताने खिळा त्या ठिकाणी रोवून आणि उजव्या हातात हातोडा घेऊन त्यांची स्वारी सज्ज होई. हातोड्याच्या पहिल्याच दणक्यात त्यांचा अंगठा जायबंदी होई आणि 'अगग... गग...' करीत अंगठा झाडीत ते कुणाच्या तरी पायावर हातोडा एकदम टाकून देत. मग तोही बिचारा पाय वर उचलून थयथय नाचायला लागे.

हा सगळा प्रकार असह्य होऊन मामी ओरडत, त्रागा करीत. ''पुन्हा जर हातोडा अन् खिळा तुम्ही हातात घेतलात तर पाहा! मी सगळ्या पोरांना घेईन अन् खुश्शाल माहेरी चालती होईन.'' असं त्या मोठमोठ्यानं बजावत. पण त्याचा दिगूमामावर अर्थातच काही परिणाम होत नसे. ''हॅट! तुम्ही बायका म्हणजे असाच विचका करून ठेवता कुठल्याही गोष्टीचा.'' मामा धडपडत उठून म्हणत, ''खरं म्हणजे केव्हाच करून टाकलं असतं मी हे काम. पण धडपड धडपड मधी करायची ना!....''

मग मामा 'फिरून यत्न करून पाहा' या पावित्र्यात उभे राहात. या खेपेला त्यांचा हातोडा खिळ्यावर असा जोराने बसे की त्या मातीच्या भिंतीत खिळा सबंधच्या सबंध गडप होई. इतकेच नव्हे तर होतोडाही त्याच्या मागे अर्धा आत जाई. मग हातोडा बाहेर काढण्यासाठी अंगात असेल नसेल तेवढी शक्ती एकवटून मामा तो ओढत. त्यामुळे हातोडा बाहेर निघून धाडदिशी त्यांच्या नाकावर बसे आणि नाक बराच वेळ चपटे होऊन जाई.

मग आम्हाला पट्टी आणि सुतळी यांची शोधाशोध पुन्हा करावी लागे. खिळ्यासाठी एक नवी खूण पुन्हा केली जाई. अखेर शेवटी मध्यरात्रीच्या सुमारास हा फोटो कसाबसा वेड्यावाकड्या आणि विचित्र अवस्थेत भिंतीवर लटकावला जाई. या फोटोच्या आसपास तोपर्यंत भिंतीला इतकी भोकं पडलेली असत आणि तिची इतकी पडझड झालेली असे की, काही विचारू नका. नुकताच एखादा धरणीकंप झालेला असावा आणि त्यातून ही भिंत कशीबशी वाचलेली असावी, असा पाहणाऱ्याचा ग्रह होत असे. दिगूमामा सोडून बाकी आमच्यापैकी प्रत्येक जणाला कुठे ना कुठे तरी लागलेले असे.

''संपलं लेकाचं एकदाचं!'' हाशऽ हुश्शऽ करून खुर्चीवरून खाली उतरून मामा हात झटकीत म्हणायचे, ''एवढंसं तर काम नाही, पण काय बाऊ करतात लोक! गंमत आहे झालं.''

मला नेहमी वाटत असते, बंडू मोठा झाला की, तो नक्की आमच्या दिगूमामासारखा होणार. मी हे त्याला अनेक वेळा सांगितले आहे. म्हणून, त्याने कुठलेही काम अंगावर घेणे ही गोष्ट मला बिलकूल मान्य नव्हती. त्या दृष्टीने मी म्हटले,

''अं... हं, तूच कागद अन् पेन्सिल आण आन् तूच सामान काय काय घ्यायचं आठवून सांग. राजा घेईल यादी करून अन् पुढचं काम मी करीन.''

त्याप्रमाणे आम्ही एक यादी तयार केलीही. पण ती लगेच फाडूनही टाकली. कारण या यादीप्रमाणे सामान बरोबर घ्यायचे म्हटले तर आमची एक साधी नाव बिलकूल पुरली नसती. किमानपक्षी एक स्वतंत्र आगबोटच लागली असती. म्हणून ही यादी निरुपयोगी म्हणून आम्ही फाडून टाकली आणि पुन्हा एकमेकांच्या तोंडाकडे पाहू लागलो.

राजा म्हणाला,

''हा आपला अगदी गाढवपणा होतोय. आपल्याला ज्या ज्या वस्तू पाहिजेत त्यांची यादी आपल्याला करायची नाही. मिस्टर, ज्या सामानावाचून आपलं अगदी अडेल ना, त्यांचीच फक्त यादी करायला पाहिजे, समजलं?''

राजा काही काही वेळेला काय शहाण्या माणसासारखं बोलतो! मला अगदी आश्चर्य वाटते. आता हीच गोष्ट घ्या ना. केवढे शहाणपणाचे बोल! वाहवा! आपल्या जीवनसरितेच्या प्रवासात माणूससुद्धा असेच करतो नाही का? तिथेही तो आपली नाव निरुपयोगी सामानांनी उगीचच भरून टाकतो. त्याला मोठे वाटते की, हे सामान अगदी पाहिजेच जवळ. नाहीतर गंमत नाही यायची. पण खरं म्हणजे ती सगळी निरुपयोगी अडगळच नसते का?

माणसाची तरी काय गंमत आहे पाहा! त्याला वाटते की, आपण सुंदर सुंदर कपडे घालावेत. मोठमोठ्या घरात राहावे. नोकर-चाकरांचे हे मोठे लटांबर बाळगावे. जे लेकाचे आपल्यासाठी खरे म्हणजे दमडाही खर्चायचे नाहीत, अशा मित्रांचे कोंडाळे भोवती जमवावे. कुणालाही कसलाही उपयोग नाही अशा गोष्टीवर वायफळ खर्च करावा. औपचारिकपणा, रीतभात, फॅशन, सोंग-ढोंग... छे:! सगळी निरुपयोगी अडगळच. लोक काय म्हणतील म्हणून वाटणारी भीती, अगदी वीट आणणारी चैन, कंटाळवाण्या गंमती, ह्यांनीच सगळे आयुष्य भरलेले. सगळी अडगळच. ती आधी तुमच्या नावेतून फेकून द्या पाहू. नाहीतर नाव इतकी अवजड होऊन जाईल की तुमची तुम्हालाच ती पेलायची नाही. तुमच्या डोक्याला निष्कारण इतका ताप होईल की काही विचारू नका. घटकाभर विश्रांती म्हणून तुम्हाला कधी मिळायची नाही. जलप्रवाहावरून झरझर जाणाऱ्या हलक्या सावल्या, पायाच्या खळबळीबरोबर झुलत राहणाऱ्या सूर्यकिरणांची मौज, आपल्याच सावलीकडे कुतूहलाने वाकून बघणारी तीरावरची वृक्षराजी, सोनेरी रंगाने न्हाऊन निघणारा हिरवागार वनप्रदेश, निळसर रंगाची नाजूक फुले या सगळ्यांचे सौंदर्य आणि मौज पाहायला तुम्हाला कधीतरी उसंत मिळेल काय?

तेव्हा ही अडगळ फेकून द्या पाहू. आणि तुमच्या या नावेत अगदी हलके-

फुलके, आवश्यक तेवढेच सामान भरा कसे. एखादे घरासारखेच वाटणारे घर, मनाला रिझवणाऱ्या साध्यासाध्या गोष्टी, एखादा दुसराच मित्र आपल्याला शोभून दिसेल असेच एखादे नाव, आपण प्रेम करायला कुणीतरी आणि आपल्यावर प्रेम करणारे कुणीतरी, एखादे मांजर, एखादे कुत्र्याचे पिल्लू आणि थोड्याशा सिगरेटी. खायला-प्यायला भरपूर. हां, खायला मात्र थोडेसे गरजेपेक्षा जास्तीच असावे आपले. कारण भूक ही फार विचित्र गोष्ट आहे. पुरे की हो! एवढे करा म्हणजे आपली नाव अगदी हलकी आहे, असे तुम्हाला वाटेल आणि तुमचा हा आयुष्याचा प्रवास कसा सुखाचा होईल. विचार करायला, काम करायला तुम्हाला कितीतरी वेळ मिळेल.

हे जरा विषयांतरच झाले नाही? आपण आपल्या सहलीकडे वळू या कसे.

यादी करायचे काम सरतेशेवटी आम्ही राजाकडे सोपवले. त्यानेही मांडा ठोकला.

''तंबूबिंबू काही नको आपल्याला हे ठरलंच,'' राजाने आपला अभिप्राय दिला. ''पण त्याच्या ऐवजी आपण असं करू या. आपल्या नावेला एक कापडी छत करून घेऊ या. सहज काढता घालता येईल असं. अगदी सोपं काम आहे. तसं विशेष खर्चाचं नाही काही नाही. गंमत येईल जरा. काय?''

राजाची ही कल्पना काही वाईट नव्हती. आम्ही चटदिशी होकार दिला.

तशी ही गोष्ट काही अवघड नव्हती. नावेच्या दोन्ही बाजूला लोखंडी हूक अडकवायचे. मधोमध एखादी दुसरी लोखंडी तार वाकवून उभी करायची तिच्यावर सगळीकडे कापड ताणून बसवायचे म्हणजे झाले. ही कल्पना आम्ही मान्य केली तशा राजाने आणखी काही गोष्टी सुचवल्या. प्रत्येकी एक रग, एखादी बॅटरी, दिवा, साबण, ब्रश, निदान दोघात एक कंगवा, दाढीचे सामान, हातरूमाल, बूट, मोजे, अंघोळीसाठी टॉवेल आणि लंगोट, अशी यादी भराभर पूर्ण झाली. लंगोटाबद्दल मात्र थोडासा मतभेद झाला. पण रोज सकाळी पोहण्याचा कार्यक्रम झालाच पाहिजे, असे राजाचे मत दिसले. त्याचे म्हणणे एकंदरीत असे होते की, पहाटेच्या प्रहरी नावेत जागे व्हावे आणि नदीच्या स्वच्छ पाण्यात एक बुचकळी मारावी, यासारखा आनंद दुसरा नाही. त्या दृष्टीने लंगोट हा प्रत्येकाला पाहिजेच. राजाच्या म्हणण्याला बंडूनेही मान डोलावली. त्याच्या म्हणण्याचा सारांश असा होता की, सकाळच्या प्रहरी कुठल्याही परिस्थितीत न्याहारी ही झालीच पाहिजे. त्यापूर्वी चांगली सपाटून भूक लागण्याच्या दृष्टीने पोहण्याचा व्यायाम फारच छान. त्याने पोट कसे रिकामे होते आणि अन्नही जरा जास्त जाते. बंडूची ही कारणमीमांसा ऐकून राजाच्या कपाळावर आठ्या पडलेल्या दिसल्या. त्याने मग तक्रार केली की, बंडू एरवीच इतका खात असतो की, पोहल्यावर तो आणखी जास्त हादडणार असेल तर मग

बंडूला पोहण्याची बंदी केलेली बरी. नाव वल्हवण्याच्या कामात भरपूर व्यायाम होणारच आहे. त्याने भूक नक्कीच सडकून लागणार. त्यामुळे आता अधिक भूक लागेल असा कुठलाही उद्योग बंड्याने करता उपयोगी नाही.

राजाने अशा रीतीने कडाडून विरोध केला तेव्हा मला त्याची समजून काढणे भाग आले. बंडूसारखा इसम नावेत आपल्याबरोबर असताना स्वच्छ आणि नीटनेटक्या अवस्थेत असणे हे किती आवश्यक आहे, हे मी त्याला पटवून दिले. आता येऊन-जाऊन तो जरा जास्ती खाईल एवढेच ना? खाऊ दे, खाण्या-पिण्याचे सामान आपण थोडेसे आणखीन घेऊ या म्हणजे झाले. आहे काय अन् नाही काय!

अखेरीला राजालाही माझे म्हणणे पटले. बंडूच्या पोहण्याला असलेला आपला विरोध त्याने मागे घेतला. त्यानंतर आणखीही एक गोष्ट ठरली. ज्याचा त्याचा टॉवेल आपला स्वतंत्र असावा. हो, म्हणजे अंघोळीनंतर कुणी कुणासाठी थांबायला नको.

आता राहता राहिले कपडे. राजाने सुचवले की दोन फ्लॅनेलचे सूट भरपूर होतील. घाण झाल्यावर आपण मधून-मधून ते नदीत धुतले म्हणजे झाले. सूटचे कपडे नदीत धुण्याचा प्रयोग तू कधी करून पाहिला आहेस काय, अशी आम्ही पृच्छा केली. तेव्हा तो म्हणाला, ''मी स्वत: काही अजून कपडे नदीत कधी धुतलेले नाहीत म्हणा! पण दुसऱ्या लोकांनी धुतलेले पाहिलेत. आहे काय त्यात? काही विशेष काम नाही.''

मला अन् बंडूला या गोष्टीचे काहीच ज्ञान नव्हते. त्यामुळे आम्ही दोघांनीही बावळटपणाने त्याच्या या सूचनेला मान्यता दिली. मोठ्या विश्वासाने होय म्हटले. शहरातील तीन प्रतिष्ठित सभ्य माणसे कसलाही पहिला अनुभव नसताना नदीच्या काठी आपापले शर्ट, पँट साबण लावून धूत बसले आहेत, अशी रम्य चित्रे आमच्या डोळ्यांसमोर लगेच उभी सुद्धा राहिली. राजा हा निव्वळ थापाड्या माणूस आहे, हे आम्हाला त्या वेळी माहीत नव्हते. ते पुढे कळले. पण त्या वेळी काही कळून उपयोग नव्हता हे निराळे. त्याने ठोकून दिले आणि आम्ही भोळसटांनी आपल्या माना हलवल्या, झाले. आमची सहल संपल्यावर हे कपडे तुम्ही एकदा पाहायला पाहिजे होते.

– पण जाऊ द्या झाले!

□

चार

एवढे सगळे ठरल्यावर; खायचे जिन्नस कायकाय बरोबर घ्यावेत, कायकाय करावे, या महत्त्वाच्या प्रश्नांची आम्ही चर्चा केली. राजाने खाण्याच्या कार्यक्रमाचे एकूण चार भाग पाडले. सकाळचे खाणे, दुपारचे जेवण, मधल्या वेळचे खाणे आणि रात्रीचे जेवण. ही विभागणी आम्हा सगळ्यांनाच मान्य झाली. मग राजा म्हणाला,

"आता सकाळच्या न्याहारीपासनंच आपण सुरुवात करू या. काय काय पाहिजे? मला वाटतं, एक तवा असावाच नाही?"

राजाच्या या बोलण्यावर बंडूने थोडीशी कुरकुर केली आणि सांगितले की, तवा खाणे हा प्रकार काही आपल्याला तितकासा जमण्यासारखा नाही. आम्ही त्याला चावटपणा न करण्याविषयी ताकीद दिली तेव्हा तो गप्प बसला. मग राजा पुढे म्हणाला,

"अन् काही झालं तरी भानगड बरोबर घ्यायची नाही, काय?"

हे बोलताना त्याने आमच्याकडे साभिप्राय दृष्टीने पाहिले आणि आम्हीही चट्दिशी संमती दिली.

राजाने तसे म्हणायचे कारण होते. मागे कॉलेजमध्ये असताना आम्ही असाच जलविहाराचा कार्यक्रम मोठ्या हौसेनं ठरवला. त्यासाठी स्टोव्ह बरोबर नेला. पण या स्टोव्हने इतका गोंधळ उडवून दिला की काही विचारू नका. आपण कुठल्या तरी तेलाच्या दुकानांतच मुक्काम करून आहोत असे आम्हाला पुढे आठ दिवस सारखे वाटत होते. त्यामुळे स्टोव्ह ही वस्तू कुठे बरोबर न्यायचे धाडास आता होत नाही. अहो काय सांगावे, स्टोव्ह ही वस्तू गळकी असली म्हणजे तिच्यातले तेल केवढा भयंकर अनर्थ करते, याची आम्हाला त्या वेळी कल्पना आली. नावेत स्टोव्ह सारखा गळायला लागला. बरीचशी जागा खराब झाल्यावर आम्हाला ती कल्पना

आली. मग स्टोव्ह उचलला आणि नावेच्या एका टोकाला ठेवून दिला. पण तिथूनही हे तेल जे पसरत पसरत आले म्हणता, सगळी नाव त्याने घाण होऊन गेली. सगळ्या आतल्या जिनसांना तेलाचा वास लागला. शेवटी खालची सगळी घाण काढून आम्ही नदीत फेकली. पण त्याचा परिणाम अगदी उलटा झाला. भोवतालच्या पाण्यालाही या तेलाचा वास सारखा यायला लागला. नदीच्या पात्रात तर जिकडेतिकडे तेलाचे तवंगच दिसायला लागले. सगळे वातावरण कसे बिघडून गेले. वाऱ्याची गार झुळूक अंगावर आली की तेलाचा वास नाकात भरायचा. इतका की हा सबंध वाराच तेलकट झालेला आहे की काय, अशी शंका यावी. शेवटी चांगली संध्याकाळ झाली, चांदणे पडले. पण चांदणे सुद्धा या तेलाने माखून निघालेले आहे, असा सारखा भास होऊ लागला. मग नावेतून उतरून एका जवळच्या गावात गेलो आणि सबंध गावातून फेरफटका मारला. म्हटले आतातरी यातून सुटका होईल. पण छे:, या तेलाच्या वासाने तिथेही आमची पाठ सोडली नाही. जणू हे गावही या घाण, तेलकट द्रवाने भरून गेले होते. शेवटी कंटाळून गाव ओलांडून आम्ही बाहेर मुसलमानांच्या मसवटीत बसलो. पण तिथेही तेच. असे वाटायला लागले की, इथले मुडदेदेखील या, तेलातच पुरले असले पाहिजेत. कशी माणसे राहात असतील बुवा या गावात असे आम्हाला आश्चर्य वाटू लागले. शेवटी नाव सोडून मैलन् मैल चालत गेलो. पण तरी या तेलाचा वास सारखा येतच राहिला.

ती सहल संपल्यावर आम्ही घोर प्रतिज्ञा केली. पुन्हा म्हणून तेल हा प्रकार कधी चुकून सहलीत बरोबर घ्यायचा नाही!

म्हणून या खेपेला ठरवले की स्पिरीटचा लहानसा दिवा असतो, तो बरोबर घ्यायचा. डॉक्टर मंडळी दवाखान्यात वापरतात ना, तो. आता या दिव्यांतही हा धोका नव्हता असे नाही. पण त्यातल्या त्यात कमी. शिवाय स्पिरिटला उडून जायची सवय असते, हीही एक फार चांगली गोष्ट होती.

हे झाले तवा आणि दिवा यासंबंधी. पण बरोबर खायला काय काय घ्यायचे?

राजाने पुढीलप्रमाणे बेत सुचवला – चहा, पाव, बिस्किटे, लोणी, अंडी हा साहेबी बेत सकाळच्या न्याहारीला. दुपारी जेवायला पुरी भाजी आणि काहीतरी गोडधोड, साखरंबा, मुरंबा असले. भात हा प्रकार अजिबात गाळायचा. दुपारच्या कार्यक्रमात चहाबिहा शिवाय दुसरी काही भानगड नसावी, हा राजाचा मुद्दा ऐकून बंडूचा चेहरा जरा उतरला होता. पण रात्री पिठलेबिठले आणि दुपारच्या जेवणातून उरलेल्या सगळ्या वस्तू असाव्यात, असे राजाने पुढे म्हटल्यावर मात्र त्याचा चेहरा जरा खुलला. थोडीशी फळफळावळ आणि सांजा रवा असले साहित्यही थोडे बरोबर असावे, अशी त्याने दुरुस्ती मांडली. बंडूच्या प्रकृतीच्या दृष्टीने राजाने या दुरुस्तीस विरोध केला. पण अखेर त्याने नमते घेतले. याही वस्तू घ्यायचे ठरले.

अशारीतीने यादी तर पूर्ण झाली. नाही, नाही म्हटले तरी हीही यादी बरीच लांबलचक झाली. त्या दिवशी आम्ही एवढेच काम केले आणि घरोघर गेलो. दुसऱ्या दिवशी शुक्रवार होता. तेव्हा सगळे सामान जमवून बांधाबांध करण्यासाठी आम्ही पुन्हा जमलो. कपडे ठेवण्यासाठी आम्ही एक मोठी ट्रंक आणली होती. त्याशिवाय खायचे पदार्थ, फळे ठेवायसाठी चारदोन करंड्या, स्वैपाकासाठी तवा, कढई हे सामानही बरोबर घेतले होते. आणलेल्या सामानाचा एक मोठा ढीग खोलीच्या मध्यभागी करून आम्ही त्या भोवती कोंडाळे करून बसलो. ढिगाकडे बघत राहिलो.

मी म्हणालो,

"आता ह्या सामानाची बांधाबांध करायचं काम माझ्याकडं लागलं."

सामानाची नीट बांधाबांध करणे हे काम मी फार कौशल्याने करीत असतो. मला ज्या काही कला अगदी उत्कृष्ट येतात; त्यापैकी ही एक कला आहे. माझ्यासारखी सुरेख बांधाबांध करणारा माणूस मिळणे फार कठीण आहे, असे मला नेहमी वाटत असते. ही गोष्ट राजा आणि बंडू या दोघांनाही मी पटवून दिली आणि हे काम मीच करणार असे त्यांना बजावून सांगितले. त्या दोघांनीही इतक्या तडकाफडकी होय म्हटले की मला ते जरा विचित्रच वाटले. राजाने आपली सिगरेट पेटवली आणि तो खुशाल आरामखुर्चीत पसरला. बंडूनेही तंगड्या ताणल्या आणि त्या टेबलावर पसरून त्यानेही लेकाच्याने सिगरेट पेटवली.

माझ्या या सूचनेचा असा अर्थ बिलकूल नव्हता. प्रत्यक्ष सगळी बांधाबांध राजाने आणि बंडूने माझ्या सूचनेप्रमाणे करायची आणि मी या कामावर फक्त देखरेख करायची, असे वास्तविक मला म्हणायचे होते, 'हं चल, कर हे – अर्ररऽ तसं नव्हे बाबा, हां हे अस्सं – बास, झालं!' असे म्हणत, म्हणत त्यांना हे काम करायला शिकवायचे असा माझा हेतू होता. त्यामुळे या दोघांनीही ताणून दिली हे बघून मला राग आला. आपण काम करीत बसलो असताना इतर माणसे खुशाल विड्या फुंकीत बसली आहेत हे बघितले म्हणजे मला फार राग येतो. मागे एकदा असेच झाले होते. आमच्या एका वडीलधाऱ्या नातेवाईक गृहस्थांनी आपल्या कामासाठी मला असे ताबडून घेतले होते म्हणता! अन् मी काम करीत असताना हा लेकाचा म्हातारा खुशाल माझ्याकडे बघत आरामखुर्चीवर बसून राहिला होता. काम झाल्यावर मात्र बसल्याबसल्याच म्हाताऱ्याने माझ्या कष्टाळू आणि उद्योगी स्वभावाची मोठी वाखाणणी केली पाहा! पण माझा स्वभाव असा लुच्चा नाही. इतरांनी राबराब राबावे आणि आपण ऐटीत त्यांच्याकडे पाहात बसावे, ही गोष्ट माझ्या रक्तातच नाही. बाकीची माणसे काम करीत असली की मीही उठून उभा राहतो आणि खिशात हात घालून त्यांच्यावर देखरेख करीत येरझाऱ्या घालतो.

मधूनमधून त्यांना सूचना वगैरे देतो. माझा स्वभावच असा उत्साही आहे. त्याला काही उपाय नाही.

असे सगळे होते. पण तरी या दोघांना एक अक्षर न बोलता मी बांधाबांधीला सुरुवात केली. मला वाटले होते काम चटचट आवरेल. पण बराच वेळ लागला. शेवटी कपड्याची पेटी गच्च भरून मी तिच्यावर बसलो आणि दाबूनदाबून झाकण लावून टाकले.

इतके सगळे झाल्यावर बंडूने विचारले,

"म्हणजे? बुटाचा तो जोड आत घालणार नाहीस वाटतं?"

मी इकडेतिकडे पाहिले. बुटाचा जोड तसाच बाजूला राहिला होता. हे बंड्याचे नेहमीचेच. वेळेवर हा गद्धा कधी चुकून बोलायचा नाही. काम होऊन जाईपर्यंत मुखस्तंभासारखा बसेल आणि मागाहून काड्या घालील. राजाही नेहमीप्रमाणे छद्मी हसला, तेव्हा मला पुन्हा संताप आला.

रागारागानं मी बॅग उघडली आणि तिच्यात बूट कोंबले. बॅग पुन्हा दाबून बंद करताकरता माझ्या मनात एक दृष्ट शंका डोकावली. आपला दात घासायचा ब्रश आत घातला की नाही?... माझे हे नेहमी असे होते. कसे कोण जाणे, पण प्रवासाला निघायच्या वेळी ब्रश बरोबर घ्यायला मी हटकून विसरतो. रात्री सगळी बांधाबांध करून मी झोपलो. पण मन सारखे चुकचुकत असते. ब्रश घ्यायचा विसरला, ब्रश घ्यायचा विसरला असे डोक्यात यायला लागते. शेवटी रात्रीचाच मी उठतो आणि ब्रश हुडकून ट्रंकेत टाकून देतो. सकाळी दात घासायच्या वेळी मला नेमकी ब्रशाची गरज असते. मग ट्रंकेतल्या सगळ्या सामानाची उचकाउचकी करावी लागते. कारण ब्रश लेकाचा लवकर सापडतच नाही. बराच वेळ शोधाशोध करून मी कसाबसा ब्रश बाहेर काढतो आणि दात घासतो. सामान पुन्हा ट्रंकेत भरतो. त्या वेळी ब्रश आत ठेवायचे अर्थातच पुन्हा राहून जाते. अगदी ऐन गावाला निघायच्या वेळी, रस्त्यावर आल्यावर मला पुन्हा ब्रशची आठवण होते. भराभरा चार मजले चढून मी घरात येतो आणि घाईघाईने ब्रश खिशात कोंबून मी अक्षरश: पळत सुटतो; धापा टाकीत ऐन वेळेला मी स्टेशनवर कसातरी वेळेवर येऊन पोचतो.

बॅग बंद करताकरता आताही माझ्या मनात तीच दुष्ट शंका आली. मग मी बॅग पुन्हा उघडली आणि सगळे सामान भराभरा उचकटून बाहेर टाकून दिले. पण ब्रश कुठेच दिसला नाही. बाहेर काढलेले सगळे सामान मी पुन्हा-पुन्हा उलथेपालथे करून पाहिले. सगळे वरखाली केले, पण ब्रशाचा पत्ता नाही. राजा आणि बंडू या दोघांचे ब्रश किमान अठरा वेळा तरी मला सापडले. पण माझा ब्रश कुठे दडी मारून बसला होता कोण जाणे. तो काही केल्या सापडला नाही. शेवटी मी प्रत्येक जिन्नस वरखाली करीत, पाहात आत ठेवू लागलो. तेव्हा एका बुटाच्या आत तो सापडला.

मग मी हाशहुश करीत सगळे सामान बॅगेमध्ये कोंबले.

माझे काम संपल्यावर राजा म्हणाला,

''अरे, तो साबण अंगाला लावायचा ठेवलाय का बघ बरं बॅगेत?''

''झक् मारतो तुझा तो साबण.''

मी चिडून म्हटले आणि रागारागाने बॅगेचे झाकण खाली आपटून दाबले आणि घट्ट लावून टाकले. पण झाकण लावल्यावर मला आठवले की, आपली सिगारेटची पेटी आतच राहिली. मी पुन्हा बॅग उघडली आणि सिगारेटची पेटी शोधून पुन्हा बंद केली.

अशा रीतीने सुमारे सव्वा-दहाच्या सुमारास ही बॅग, इत:पर काय वाटेल ते होवो; पण उघडायची म्हणून नाही या प्रतिज्ञेने बंद करण्यात आली.

आता करंड्या भरायचे काम राहिले. बंडू म्हणाला,

''आपल्याला निघायला अजून फक्त बारा तास शिल्लक राहिले आहेत. तेवढ्यात करंड्या भरून होतील ना? नाही, व्हायला पाहिजेत –''

''बरं मग?'' मी खेकसून विचारले.

''नाही – उरलेले काम आता मी अन् राजा करतो म्हटलं. तू जरा स्वस्थ बैस.''

''तसं का होईना. आता तुम्ही एकदा दिवे लावा काय लावायचे ते.''

एवढे बोलून मी स्वस्थ बसून राहिलो आणि त्यांनी हा उद्योग हाती घेतला. अगदी गंमत-जंमत करीत काम सुरू केले. 'बघ लेका आम्ही कसं काम करतो, पाहा!' असा मला टोमणा मारायचा त्यांचा उद्देश होता. पण मी कसला खट, एक अक्षर उच्चारले नाही. मला ठाऊक होते की या कामात हे दोघेही अगदी निव्वळ शंख आहेत. बंडू तर लेकाचा राजापेक्षाही सवाई. कपबशा, किटली, स्टोव्ह अन् फळफळावळ यांच्या सामानाची ही रत्ने व्यवस्था करणार. झाले, मग उजाडलेच. घोडामैदान जवळच आहे, पाहू या तरी, काय काय गंमत होते ती.

मला जसे वाटत होते तसेच अगदी घडले. सुरुवातच मुळी एक कप फोडण्यापासून झाली. पण हा केवळ शुभारंभ झाला. बंडूने एका करंडीत टोमॅटो खाली ठेवले आणि त्यावर साखरआंब्याची बरणी ठेवून सगळ्या टोमॅटोचा चुराडा उडवला. या टोमॅटोचा रस सगळ्या करंडीभर पसरला आणि तो लगदा शेवटी चमच्याने भरून काढावा लागला. राजाने तर लोणी बांधलेला पुडा गडबडीत फाडून जवळपासच्या सगळ्या वस्तूंना ओशटपणा आणला. मागाहून स्वत:च लोण्यावरून घसरून पडला. इतके झाले तरी मी आपला गपच्च बसून राहिलो. टेबलावर मुकाट्याने बसून त्यांचा उपद्‌व्यापाकडे शांतपणे पाहात राहिलो. मी काही चार शब्द बोललो असतो, तर त्यांना इतके वाटले नसते. पण मी गुळणी धरून बसल्यामुळे ते त्यांना जास्त झोंबले. मग त्यांना चेतवल्यासारखेच झाले. दोघांनीही समोरच्या

सामानावर खुशाल पाय टाकले आणि हव्या त्या वस्तू तेवढ्या नेमक्या पाठीमागे टाकल्या. ज्या आत भरायच्या त्याच त्यांना नेमक्या सापडेना. तळाला एका पड्याने केळी ठेवली आणि वर दिले जड सामान ठेवून. केळी खालच्या खाली कुसकरून त्याचे शिकरण तयार झाले. मिठाची पुडी तर सगळ्या सामानावरनं सांडत आत घातली. लोण्याची फुटलेली पुडी त्यांनी किटलीत घालण्याचा खटाटोप केला, पण लोणी काही आत शिरताशिरेना. आणि आतले सामानही बाहेर निघेना. शेवटी किटली उलथी पालथी करून तिला दहा-पाच पोचे पाडण्यात आले तेव्हा ती एकदाची रिकामी झाली. तोपर्यंत लोण्याचा पुडा इकडे जवळच्या खुर्चीवर ठेवला होता. हाशहुश करीत बंडू याच खुर्चीवर बसला आणि मग सगळाच्या सगळा पुडा त्याला घट्ट चिकटून बसला. थोड्या वेळाने हे दोघेही गद्धे 'आं, लोण्याचा पुडा काय झाला बुवा!' अशी कुरकर करीत सबंध खोलीतून मांजरासारखे हिंडू लागले.

"अगदी देवाशपथ सांगतो, मी इथंच ठेवली होती रे पुडी. अगदी दोन मिनिटापूर्वी." मोकळ्या खुर्चीकडे अचंब्याने बघत राजा म्हणाला.

"अरे हो, मी सुद्धा बघितली. तू चांगली पुडी खुर्चीवर ठेवलीस. मग आपण दोघांनी मिळून किटलीतलं सामान बाहेर काढलं –" बंडू म्हणाला.

"होय ना."

"मग कुठं गेला पुडा लेकाचा?"

लोण्याच्या पुड्याचा तपास करीत पुन्हा दोघेही खोलीभर हिंडू लागले. शेवटी खोलीच्या मध्यभागी पुन्हा एकमेकांकडे बघत उभे राहिले.

"छ्याः छ्याः! असला विलक्षण प्रकार मी जन्मात कधी बघितला नाही. एकदम गडप म्हणजे –"

"भुताटकीबिताटकी तर झाली नाही?"

एवढा संवाद झाल्यावर राजाने एकदम डोळे किलकिले केले. मग तो बंडूच्या पाठीमागे गेला. तिथे त्याला लोण्याचा पुडा दिसला.

"अरे हा काय इथंच –" तो ओरडला.

"कुठाय, कुठाय?" बंडूही ओरडला आणि गर्रकन वळला. "कुठं म्हणालास? मला तर काही दिसत नाही."

"शहाणा आहेस. थांब. असाच उभा राहा. हलू नकोस."

राजा पुन्हा त्याच्या पाठीमागच्या दिशेला धावला. नंतर लोण्याचा पुडा तिथून स्थानभ्रष्ट करण्यात येऊन रिकाम्या किटलीत कोंबण्यात आला.

या सगळ्या गोंधळात मोत्याचीही मधून लुडबुड चाललीच होती. कसलेही काम असले की, त्यात मधेमधे करायचे ही मला वाटते त्याची प्रकृतीच असावी. नेमके जिथे नको तिथे लडबडायचे, शक्य असेल तेवढा उपद्रव द्यायचा, घाण

करायची अन् जवळपासच्या माणसांना संताप आणायचा. असा संताप आणायचा की त्यांनी तिरीमिरीत उठावे आणि काठीचे चार रट्टे लगवावेत. बस्स! एवढे सगळे झालेच पाहिजे. तरच आपला आजचा दिवस सत्कारणी लागला, असे मोत्याला वाटत असते.

या गोंधळात तोही मध्येच घुसला. आता सगळी बांधबांध करायची, एवढ्यात सामानाच्या ढिगावर स्वारी खुशाल बसून राहिली. राजा आणि बंडू दोघेही सामान आत भरायला म्हणून सामानाच्या ढिगाकडे हात करू लागले की हा आपला सारखा तोंड पुढं करून आपले नाक त्यांच्या हातात देऊ लागला. जणू काही या लेकाच्याचे नाकच करंडीत ठेवायचे होते! मूर्ख कुठला! मीच फाजील लाड करून बिघडवले आहे, असा बंडू नेहमी माझ्यावर आरोप करीत असतो. पण खरे म्हणजे तसे काही नाही बरं का. ही लेकाची जातच अशी फाजील. त्याचे लाडबिड करायची काही गरज नाही. हा अगदी मुळात आगाऊ, त्याला कोण काय करणार?

रात्री एक वाजायच्या सुमारास बांधाबांध करून सामान आवरण्याचे काम समाप्त झाले. मग एका मोठ्या करंडीवर बसून सुटकेचा सुस्कारा सोडीत बंडू म्हणाला,

"हुश्! संपलं बुवा एकदाचं. आता काही काळजी नाही. काही फुटायतुटायचं नाही."

– त्याबरोबर राजा ओरडला,

"अरे, अरे गध्ध्या –! करंडीवर बसलाहेस खुशाल अन् वर म्हणतोयस काही फुटायचं तुटायचं नाही म्हणून? ऊठ ऊठ तिथनं आधी. मूर्ख कुठचा!"

बंडू वरमला आणि उठला. अंथरुणावर जाऊन पडला. आम्हीही अंथरुणे टाकून झोपायच्या तयारीला लागलो.

अंथरुणावर पडून अंगावर चादर ओढून घेताघेता राजाने विचारले,

"बरं, किती वाजता उठावायचं तुम्हा दोघांना, ते सांगून ठेवा रे मला."

बंडू म्हणाला,

"सात. सातला उठव आम्हा दोघांना."

मला काही पत्रे लिहायची होती. म्हणून मी म्हटले, "नाही नाही, सात नको. सहाला उठव."

मग मी आणि बंडू या दोघांत सहा की सात या विषयावर थोडा वेळ वादविवाद झाला. शेवटी तडजोड झाली. असे ठरले की, सहाही नको आणि सातही नको. साडेसहा ही वेळ ठीक आहे.

"बरं का रे राजा, साडेसहाला उठव." मी बोललो.

"साडेसहा म्हणजे साडेसहा हो." बंडू म्हणाला.

पण राजा काहीच बोलला नाही. आम्ही दोघांनी गप्प राहून अदमास घेतला. बघतो तो राजाला झोप लागून बराच वेळ झाला होता. आता तो चांगला घोरत

होता. तशा अंधारातही त्याचे घोरणे आम्हाला कसे लख्ख ऐकू येत होते. काही का असेना तो उठवीलच आपल्याला वेळेवर, नाहीतर आपण उठूच म्हणा, असा सगळा विचार करून आम्ही झोपी गेलो.

◻

पाच

दुसऱ्या दिवशी सकाळी मावशीने दारावर धडाधड वाजवायला सुरुवात केली आणि मला हाका मारायचा सपाटा लावला.

"बाळू, बाळू... ऊठ रे, अरे, तुम्हाला गावाला जायचंय ना? नऊ वाजलेत जवळ जवळ."

मी ताडदिशी अंथरूण फेकून उठलो, "काय नऊ?"

"चांगले नऊ वाजलेत की, उनं बघ कशी तापायला लागलीत. मला वाटलं तुम्ही उशीरा उठायचं ठरवलं होतं की काय!"

"छे: छे:!"

असे म्हणत मावशी गेल्यावर बंडूला हलवून जागे केले.

"बंड्या, ऊठ रे, लोळत काय पडलाहेस? नऊ वाजले ना."

बंडू उठून बसला. जांभया देत म्हणाला,

"आँ? तुला तर सहालाच उठायचं होतं ना?"

"होतं ना?"

"मग?"

"मग काय? तू का नाही उठवलंस सहाला मला?"

"वा? आधी तू मला उठवायला नकोस का? त्याशिवाय मी तुला कसा उठवणार?"

"उगीच मूर्खासारखी बडबड करू नकोस."

"राहिलं. पण आता बारा वाजेपर्यंत तरी आपण बाहेर पडत नाही. तू तरी लवकर उठलास, मेहेरबानी म्हणायची."

"ह्य:!" मी म्हटले, "नशीब समज की मी उठलो लवकर. नाहीतर कल्पांतापर्यंत

तू झोपून राहिला असतास.''

आता दोघेही एकमेकांकडे चवताळून पाहात होतो. आमचा आणखीही काही संवाद झाला असता. पण तेवढ्यात राजाच्या घोरण्याचा प्रचंड आवाज आमच्या कानावर आला. त्याबरोबर त्याच्या अस्तित्वाची आम्हाला जाणीव झाली. आम्ही दोघेही आश्चर्याने त्याच्याकडे पाहू लागलो. भुईला पाठ लावून राजा स्वस्थ घोरत पडला होता. त्याचे तोंड उघडे होते. तंगड्या पसरलेल्या होत्या आणि 'चंचु तशीच उघडी, पद लांबविले' अशा थाटात पडलेली ही स्वारी आम्हाला सहाला उठवणार होती बरे का?

काय असेल ते असो, पण आपण जागे झालो असताना दुसरी माणसे अंथरुणावर लोळत पडलेली दिसली म्हणजे मला भारी चीड येते. अरे, म्हणजे हे काय? आयुष्याचा एकेक क्षण किती मोलाचा. गेला तो पुन्हा काही परत येतो का? आणि हे मोलाचे क्षण निव्वळ झोपण्यात वाया घालवता? आता हा राजा. नुसता आळसात आपले बहुमोल आयुष्य व्यर्थ दवडतो आहे. काय म्हणावे या मूर्खपणाला? खरे म्हणजे यापुढे प्रत्येक मिनिटाचा हिशेब त्याने ठेवायला नको का?

माझ्या डोक्यात आलेला हा तत्त्वज्ञानाचा विचारकण फार भयंकर होता. त्याने मला आणि बंडूला – दोघांनाही अस्वस्थ केले. या भयंकर आपत्तीतून राजाला सोडवलेच पाहिजे, असे आम्हाला वाटू लागले. या उदात्त विचाराने आम्ही इतके भारावून गेलो की आमचे मूळचे भांडण विसरलोच. त्या भरात आम्ही राजाचे कपडे ओढले. बंडूने त्याला गदागदा हलवले आणि मी त्याच्या कानात तोंड घालून ओरडलो,

''राजा ऊठ रे, ऊठ लवकर.''

राजा जागा झाला. डोळे चोळत चोळत उठला.

''आं – काय झालं काय?''

''मूर्खा, ऊठ आधी. पावणेदहा वाजले माहीत आहे?'' बंडू ओरडला.

''काय?''

राजा किंचाळला. त्याने अंथरुणातून एकदम उडीच मारली. त्या गडबडीत तो एकदम धडपडून खाली पडला आणि मग परत उठला.

कपडेबिपडे नीटनेटके करून तोंड धुवायला खाली गेलो तेव्हा आमच्या लक्षात आले की आपले ब्रश आणि कंगवे ट्रंकेत आहेत. वर येऊन ट्रंक पुन्हा उलथीपालथी करून आम्ही या वस्तू बाहेर काढल्या आणि काम उरकले. राजाला तेवढ्यात दाढी करायची आठवण झाली. दाढीचे सामानही ट्रंकेतच, कुठेतरी होते. ते बाहेर काढावे म्हणून तो एकसारखा चुळबुळत होता. पण आम्ही ती गोष्ट धुडकावून लावली आणि त्याला बजावले की, आजचा दिवस दाढी न करताच तुला

बँकेत जायला पाहिजे. पुन्हा पुन्हा ट्रंक उचकटत बसण्याचा उपद्व्याप आम्ही करीत बसणार नाही.

"हा काय चावटपणा?" राजाने तोंड वाकडे केले. "म्हणजे दाढी न करता मी बाहेर पडू?"

"त्याला काय होतंय? खुशाल पड."

राजाच्या विनवणीकडे आम्ही संपूर्ण दुर्लक्ष केले आणि खाली आलो. थोडेसे काहीतरी खायचे आणि बाहेर पडायचे असे आम्ही ठरवले होते. मोत्या तिथेच घुटमळत होता. त्याने बाहेरच्या दोन कुतरड्यांना बागेत आणले होते. आणि सगळ्यांचा मिळून जोरात धिंगाणा चालला होता. आम्ही त्या दोघाही आगंतुक पाहुण्यांना हाकलून लावले आणि फराळाला बसलो. मावशीने केलेल्या एकेक पदार्थाचा समाचार घेऊ लागलो.

तोंडात बोकाणा भरून बंडू म्हणाला, "अँहँ!... शंकरपाळी मोठी झकास झालीय हां. अशी होत नाहीत नेहमीनेहमी. गरम गरम आहेत पुन्हा. खिशात घालून घेऊ या का?"

"खा मुकाट्यानं," मी दरडावले.

राजाचे या संवादाकडे लक्ष नव्हते. बंडू पोटात शंकरपाळी भरीत होता आणि हा इकडे वर्तमानपत्र वाचीत वाचीत समोरचे पदार्थ हातांनी चिवडत होता. वाचता वाचता त्याचे लक्ष एकाएकी हवामानाच्या अंदाजाकडे गेले आणि तो मजकूर त्याने आम्हाला वाचून दाखवला. 'पावसाच्या सरी येण्याचा संभव. थोडीशी चिकचिक होईल इतका. स्थानिक स्वरूपाचा गडगडाट आणि वावटळ. मध्य भागात उष्ण तापमानात सामान्यपणे किंचित उतार.'

मला नेहमी वाटत असते. या जगात अगदी महामूर्खपणाच्या म्हणून ज्या गोष्टी आहेत त्यात आणखी ही एक; हवामानाचा अंदाज. आधी ती काय भाषा असते याचाच माणसाला अंदाज लागत नाही. मग पुढच्या अंदाजाची बात लांबच राहिली. अहो, निव्वळ चावटपणा दुसरे काय! यांनी जे सांगावे त्याच्या नेमके उलटे लेकाचे होत असते.

मला आठवते. मागे एका दैनिकात असाच हवामानाचा अंदाज आला होता. त्या वेळी आमचा वर्तमानपत्रावर फार विश्वास. छापून येईल ते खरे वाटायचे ना! आम्ही बावळटांनी असाच त्या भविष्यावर विश्वास ठेवला आणि सबंध दिवस वाया घालवला. आज अगदी जोराची वृष्टी असं भविष्य अन् सुट्टी म्हणून जवळपास कुठेही छोटीशी सहल काढण्याच्या विचारात होतो. पण हे भविष्य वाचल्यावर आम्हाला साहजिकच वाटले, कशाला उगीच जा अन् पावसात भिजून या. नकोच तो ताप. झाले, सहलीचा बेत रद्द करून बसलो की घरी. बाकीचे लोक आपले सुट्टी

म्हणून खुशाल मजेत भटकत होते. मौज करीत हिंडत होते. बाहेर स्वच्छ पिवळे धम्मक ऊन पडले होते. ढगांचा तर कुठेच पत्ता नव्हता.

"छान, छान!" घराच्या खिडकीतून बाहेर डोकावीत आणि ऐटीत हिंडणाऱ्या लोकांकडे तुच्छतेने पाहात आम्ही म्हटले, "आता मोठी चैनचमन चाललीय लेकांच्याची. अजून बडगा कुठं पाहिलाय?... धो, धो पाऊस सुरू झाला म्हणजे कळेल म्हणावे बच्चमजी!"

आम्ही त्यांच्याकडे हसत हसत पाहू लागलो. पाऊस एकाएकी कोसळला म्हणजे कशी फजिती होईल या लोकांची याची रम्य चित्रे मनातल्या मनात रेखाटू लागलो. असे करता करता दुपारचे चांगले बारा वाजले. पाहिले तर लख्ख सूर्यप्रकाश पडला होता. ऊन कसे चपचपत होते. आम्हाला आश्चर्य वाटू लागले. अजून कशा विजा चमकत नाहीत अन् ढग गडगडत नाहीत बुवा? मग धो, धो पाऊस सुरू होणार तरी केव्हा?

"हां, आलं लक्षात. पाऊस दुपारी कोसळणार हा चांगला बघा तुम्ही." आम्ही एकमेकांना सांगू लागलो, "मग पाहा तर खरं हे गाढव लोक कसे भिजून चिंब होतील ते. मोठी फजिती होणार आहे बेट्यांची हा: हा:!"

दुपारी एक मित्र घरी येऊन हाका मारून गेला. त्याने विचारले.

"का रे? भटकायला येणार नाही का? काय सुंदर ऊन पडलंय!"

"अरे हॅट्," आम्ही तुच्छतेने हसून त्याला सांगितले, "आपण तर नाही येणार बुवा. आम्हाला काही पावसात भिजायची इच्छा नाही. तू जा बापडा वाटलं तर."

पण दुपार जवळजवळ उलटली आणि तरीही पावसाचे काहीच चिन्ह दिसेना. तेव्हा आम्ही मनाची समजूत घालू लागलो की अरे, हा लेकाचा पाऊस अगदी अचानक येणार बरे का. माणसे आता घराकडे परतायला निघतील; आसपास निवाऱ्याला जागा नाही अशा मोकळ्याजागी बरोबर पाऊस त्यांना गाठणार अन् चांगले भिजवून काढणार. पण... पण आता काय सांगावे? पाण्याचे एक टिपूसदेखील त्या दिवशी पडले नाही. लोकांचा तो सबंध दिवस अन् रात्र मोठ्या मजेत गेली आणि इकडे आमची तोंडे मात्र बारीक झाली.

दुसऱ्या दिवशी आम्ही पुन्हा हवामानाचा अंदाज वाचला. पाऊस नाही. स्वच्छ ऊन, ऊबदार हवा. म्हटले, चला कालचा वचपा आज भरून काढू या. झकास भट्टीचे कपडे घालून आम्ही हिंडायला बाहेर पडलो आणि काय सांगावे? तास अर्धातासच गेला असेल नसेल. असा मुसळधार पाऊस लागलाय म्हणता. सबंध दिवसभर धो... धो पाऊस अन् गार वारा. परत आलो ते ओलेचिंब होऊन. पुढे एक आठवडाभर थंडीतापाने अंथरुणावर पडून होतो.

तेव्हापासून 'हवामानाचा अंदाज' हे शब्द ऐकले की मला हसू येते.

सांगायचा मुद्दा काय की, हवा हा प्रकार एकंदरीत आपल्या आटोक्या-बाहेरचाच. मला तरी निदान हे त्रांगडे काही कळत नाही. हे वर्तमानपत्रांतून येणारे अंदाज तर अगदी निव्वळ चावटपणाचे. म्हणून राजाने हा मजकूर वाचून दाखवला तरी आमच्यावर त्याचा बिलकूल परिणाम झाला नाही. असले चाबरट वाचण्यात निष्कारण आपला बहुमोल वेळ घालवू नकोस असे आम्ही त्याला बजावून सांगितले. तेव्हा तो उठला आणि एक सिगारेट पेटवून चालता झाला. मी आणि बंडूने शांतपणे राहिलेल्या खाद्यपदार्थांचा समाचार घेतला नंतर सगळे सामान गोळा केले आणि घराबाहेर आणले. रस्त्यावरून जाणारी येणारी एखादी टॅक्सी बघण्यासाठी वाट पाहात उभे राहिलो.

आम्हाला वाटत होते की, आपण फार थोडे सामान घेतलेले आहे. पण सगळे एका ठिकाणी जमल्यावर तो ढीग बराच मोठा दिसायला लागला. एक मोठी ट्रंक, दोन लहानशा प्रवासी बॅगा, दोनतीन करंड्या, वर घेतलेले काही कपडे, छत्र्या, एक लोखंडी ताराची गुंडाळी, शिवाय दोनतीन लहान लहान पिशव्या. एका पिशवीत नुसता स्टोव्ह अन् तवा होता. कारण या वस्तू दुसरीकडं कुठेच बसत नव्हत्या. एका पिशवीत द्राक्षे अलगद ठेवली होती. सामानाच्या या ढिगाकडे पाहिल्यावर मला अन् बंडूला जरा लाजल्यासारखे झाले. पण आता त्याला काही उपाय नव्हता.

वाट बघितली बघितली, पण टॅक्सी कुठेच दिसेना. रस्त्यावरनं जाणारी माणसं मात्र आमच्याकडे कुतूहलाने पाहू लागली. काही लेकाचे आमच्याकडे पाहात रस्त्यातच घोटाळले आणि तिथेच थांबले. एकदोन करता रस्त्यावर गर्दीच गर्दी जमू लागली. पहिला थांबला म्हणून दुसरा थांबला आणि दुसरा का थांबला हे बघायला तिसरा थांबला. असे करताकरता बरेच लोक जमले आणि काय प्रकार आहे म्हणून एकमेकांत चौकशी करू लागले. काही मंडळींना वाटले की, हे बहुधा लग्नाचे वऱ्हाड असावे आणि जानोसा ठेवायला आम्ही आलो असावेत. बंडूकडे बोटे दाखवून हाच बहुधा नवरामुलगा असावा अशीही काही मंडळींनी कुजबुज केली. पण काही लोकांना ही कुणाची तरी अखेरची तयारी असे निश्चयाने वाटत होते आणि तोच त्या मृताचा सख्खा भाऊ असला पाहिजे, याबद्दलही त्यांची खात्री पटल्यासारखे त्यांच्या बोलण्यावरून दिसत होते.

लोकांच्या या बोलण्याकडे दुर्लक्ष करून आम्ही चुळबुळत उभे होतो. तेवढ्यात एक मोकळी टॅक्सी आली आणि आम्ही वाचलो. या टॅक्सीचे, बसचे नेहमी असे असते. जेव्हा आपल्याला त्यांची गरज नसते ना, तेव्हा मिनिटाला तीन या हिशोबाने त्या मोकळ्या चाललेल्या असतात. जेव्हा आपल्याला एखादी टॅक्सी हवी असते तेव्हा चुकून एक कधी भेटत नाही. पण या खेपेला अर्ध्या तासाच्या आत ही टॅक्सी मिळाली. तिच्यात कसेबसे सामान भरले एकदाचे. मोत्या अगदी शेवटच्या क्षणापर्यंत

आपल्या दोस्त लोकांशी धिंगामस्ती करीत होता. त्या दोस्तांना हाकलून आम्ही कसा तरी त्याला मोटारीत घेतला. लोकांच्या ऐन गर्दीत आत बसलो अन् तिथनं निघालो.

सुमारे अकरा वाजता आमची टॅक्सी बोरीबंदरावर येऊन दाखल झाली. तिथे आल्यावर आम्ही अकरा पाचची पुण्याची गाडी कुठे उभी असते म्हणून चौकशी केली. अगदी अपेक्षेप्रमाणे उत्तर मिळाले. कुणालाही काहीच नेमके ठाऊक नव्हते. अकरा पाचला मुळातच एखादी गाडी आहे की नाही आणि असल्यास ती पुण्यालाच जाते किंवा काय, इथूनच सगळ्या गोष्टीला प्रारंभ झाला. सामान आत नेणाऱ्या हमालाने बारा नंबरच्या प्लॅटफॉर्मकडे बोट दाखवले. आम्ही दुसऱ्या हमालापाशी चौकशी केली तेव्हा त्याने पहिल्या हमालाशी जरा कानगोष्ट केली. मग सांगितले की, पुण्याची एक कुठलीशी गाडी तेरा नंबरच्या फलाटावरनं सुटते अशी एक अफवा आपण ऐकली आहे खरी. मग स्टेशनवरच्या चेकरला विचारले, तेव्हा त्याने छातीवर हात ठेवून सांगितले की पुण्याची गाडी लोकलच्याच प्लॅटफॉर्मवरून सुटणार आहे.

जास्त गोंधळ नको म्हणून आम्ही थेट ट्रॅफिक सुपरिंटेंडेंटकडेच गेलो आणि त्यालाच विचारले. सुपरिंटेंडेंट म्हणाले, ''अहो, मला आत्ताच एक माणूस भेटला पाहा. कोण बरं?... अं... नाही आठवत. बरं जाऊ द्या! तर तो म्हणत होता की, पुण्याची ही गाडी मी आत्ताच तीन नंबरच्या प्लॅटफॉर्मला उभी असलेली पाहिली.''

सुपरिंटेंडेंटसाहेबांनी सांगितलेली ही माहिती ऐकून आम्ही लगबगीने तीन नंबरच्या फलाटावर गेलो. पण तिथल्या चेकरने साशंक चेहरा करून सांगितले की ही गाडी बहुधा नागपूर मेल असावी. फार तर ती दिल्ली एक्सप्रेस असेल. पण ही पुण्याची गाडी नाही हे नक्की.

''कशावरून नाही?'' आम्ही विचारले.

तोंडात बोट घालून तो म्हणाला,

''तसं नाही सांगता यायचं बुवा. पुण्याची नसावी एवढं खरं.''

शेवटी आमच्याबरोबर आलेला हमाल म्हणाला,

''साहेब, मला हाये माहीत. तुमची गाडी पाच नंबरच्या फलाटावर उभी आसंल बघा ती.''

''असं का?''

असं म्हणून आम्ही त्या फलाटावर गेलो. तिथं एक गाडी खरंच उभी होती. इंजीन जोडलेले होते. एक ड्रायव्हरही इंजिनाच्या आसपास घोटाळत होता. आम्ही त्याच्याजवळ चौकशी केली.

''का हो ड्रायव्हरसाहेब, अकरा पाचची पुण्याची गाडी हीच ना?''

आमचा मार्मिक प्रश्न ऐकून ड्रायव्हर एकदम गडबडला. अं... अं... करीत चाचरत तो म्हणाला,

''काय बुवा म-मलाही नक्की नाही सांगता यायचं. बहुतेक हीच आकरा पाचची पुण्याची गाडी, मला वाटतं. पण पुण्याची जर नसेल ना, तर ही नऊ-बस्तीसची डेहराडून एक्सप्रेस नक्की असणार मी खात्रीने सांगतो. नाहीतर दहाची दिल्ली जनता तरी असेल. निदान त्याच बाजूला जाईल कुठंतरी. तिथं पोचलात म्हणजे कळेलच तुम्हाला.''

एकंदरीत सगळा मामला आम्ही पाहिला. हळूच त्याला विचारले, ''तुम्हीच ही गाडी नेणार ना?''

''हो, का बरं?''

आम्ही त्याच्या हातात एक पाचची नोट सरकवली.

''चला की हीच गाडी पुण्याला घेऊन.'' आम्ही हळूच सुचवले.

''इथं सगळा आनंदच दिसतो आहे. कुणाला लेकाच्यांना कळणार आहे ही गाडी कुठली अन् कुठे गेली म्हणून? रस्ता तुम्हाला ठाऊकच आहे. आहे ना!''

''न-नाही, रस्ता तसा ठाऊक आहे –'' त्याने मान डोलावली.

''मग चला की गुपचुप. अगदी या कानाचं त्या कानाला कळणार नाही. आम्ही सांगतो.''

''असं म्हणता?... पण'' तो जरा घोटाळला. ''बाकी कुठली तरी एक गाडी पुण्याला जायचीच असेल म्हणा. मग मीच गेलो तर काय हरकत आहे? बरं मग असं करा आणखी एक पाचची नोट द्या पाहू. म्हणजे जमवतो मी सगळं.''

सारांश असा की, अशा रीतीने आम्ही बोरीबंदरहून गुपचुप निघालो आणि त्या गाडीने लोणावळ्याला येऊन पोचलो.

मागाहून आम्हाला पुष्कळच गंमत कळली. आम्ही ज्या गाडीने आलो ती गाडी खरोखर होती म्हणे गुजराथ मेल. तिचा काही पत्ताच कुणाला लागला नाही. मेल कुठे गेली, कुठं गेली म्हणून बोरीबंदरवर बरीच शोधाशोध झाली म्हणे. पण गाडी कुठे गेली हे शेवटपर्यंत कुणाला कळले नाही.

लोणावळ्याला उतरून आम्ही सामान एका बैलगाडीत घातले. तिथून राजेवाडी फार लांब नव्हतीच. तरीपण बैलगाडीबरोबर चालत चालत गावात पोचायला आम्हाला दिवस मावळला. बंडूचे आजोळच तिथे होते. आधी पत्र पाठवून सगळे काही कळवून ठेवले होते. त्यामुळे नावबिव सगळे तयारच होते. बंडूच्या घरी रात्रभर मुक्काम टाकला. झकास झोप घेतली आणि पहाटेच आवराआवर करून आम्ही निघालो. सगळे सामान नावेत शिस्तीत भरले आणि आत बसलो.

नाव आमच्या ताब्यात देण्यासाठी एक मावळा गडी उभाच होता. आमचे

सगळे सुती लागले, हे पाहून तो म्हणाला,

"झालं का सायेब माझं काम?"

"हां हां, झालं."

"मग मी फिरतो आता मागारी."

"फिरा." आम्ही सांगितले.

तो दिसेनासा झाला. मग बंडूने वल्ही हातात घेतली. आपण एक घेतले आणि मला एक दिले. नाव छोटीशी असल्यामुळे दोघांनीही एकाच वेळी वल्हे मारायची छान सोय होती. तो एका बाजूला बसला, मी एका बाजूला बसलो. मोत्या वेडावाकडा चेहरा करीत, इकडे-तिकडे हुंगत हुंगत मध्येच एका फळीवर उभा राहिला. आम्ही वल्ही मारली आणि आमची नाव त्या नदीच्या पात्रातून सावकाश खाली निघाली.

आता यापुढे निदान पंधरा दिवस तरी हेच आमचे घर होणार होते!

□

सहा

आश्विनांतले दिवस होते. पावसाळा संपला होता आणि थंडीला अजून फारसा प्रारंभ झाला नव्हता. सकाळची मोठी प्रसन्न वेळ होती. काठावरचे गवत उन्हात झळझळत होते. त्याचा हिरवा रंग अधिकच गहिरा झाला होता. तारुण्याची नुकतीच चाहूल लागल्यावर एखादी सुंदर मुग्ध युवती जशी बावरल्यासारखी दिसावी; तशी ही सृष्टी दिसत होती. तिचे बावरे सौंदर्य डोळ्यांना सुखावीत होते.

राजेवाडी गाव आता लांबवर राहिले होते. नदीकाठाहून निघालेल्या पाऊलवाटा थेट गावाकडे गेलेल्या आढळत होत्या. उजळत्या सूर्यप्रकाशात या वाटा मोठ्या रेखीव वाटत होत्या. नदीचे पात्र एरवी रिकामेच होते. मधूनमधून क्वचित एखादी नाव प्रवाहाच्या उलट चाललेली आढळत होती. काठाला अंतराअंतरावर कुठे कुठे घरे दिसत होती. वस्त्या लागत होत्या. या नदीच्या काळी इतिहासकाळात प्रसिद्ध असलेले पुष्कळ वाडे आहेत, असे बंडूने आम्हाला सांगितले होते. या वाड्यांचे अवशेषही मध्येच आढळत होते. बंडू वल्हे हातात धरून नाव पुढे ढकलण्याच्या उद्योगात मग्न होऊन गेला होता. माझे लक्ष मात्र लांबवर असलेल्या एका गढीकडे लागले होते. सूर्यप्रकाशात गढीची तटबंदी चमकत होती. सगळे कसे शांत होते. आणि तरीही सजीव वाटत होते. तो आल्हाददायक देखावा पाहता पाहता माझ्या अंगात हळूहळू ताप भरला आणि मला जणू समाधीच लागली....

ती जुनी गढी आणि तिच्या आसपास कसेबसे उभे असलेले ते जुन्या वाड्याचे अवशेष. जणू काही त्यांना वाचा आली होती आणि एकेकाळच्या आपल्या ऐश्वर्याचे वर्णन करीत होते. एके काळी ही गढी कोणा पराक्रमी मराठी सरदाराचे निवासस्थान असेल. त्या वेळी या वाड्याचे वैभव केवढे असेल! नाना ढालाईत आणि भालाईत यांची ही गर्दी या गढीच्या दिल्ली दरवाज्यापाशी गोळा होत असेल. या वीरांच्या

पाठी ढालींनी शोभत असतील आणि त्यांच्या कमरेला शेले बांधलेले असतील. म्यान केलेल्या धारदार तलवारी त्यांच्या या शेल्याला लटकत असतील. त्यांच्या रुबाबदार चेहऱ्यावर मिश्या वळलेल्या असतील. कसदार शरीराचे हे मराठे मावळे वीर मोठ्या तालात एकेक पाऊल टाकीत देवडीपाशी जमून धन्याला मुजरा करण्यासाठी तिष्ठत उभे असतील. या सरदाराचा हा वाडा तरी केवढा भव्य आणि प्रचंड! नक्षीदार खिडक्या, अवाढव्य बुरूज, आकाशात उंच वर चढलेले महाद्वार आणि त्यावरील नगारखान्यावर डुलणारा भगवा ध्वज. हा वाडा जेव्हा माणसांनी गजबजेला असेल त्या वेळी तो कसा दिसत असेल?... आज शहरात माणूस जागेचा हिशेब इंचाइंचाने करीत आहे आणि इकडे हे प्रचंड वाडे निर्जन स्थितीत वर्षानुवर्षे पडून राहिलेले आहेत. काय गंमत आहे पाहा. शहरात माणसे आहेत; पण जागा नाही. इथे जागा आहे पण कुणी माणूस दृष्टीस पडत नाही. एकूण जगाचा न्यायच असा आहे काय? 'दात आहेत तर चणे नाहीत. चणे आहेत तर दात नाहीत.' या जगात माणसाला जे नको आहे ते नेमके त्याच्या गळ्यात पडते आणि जे त्याला हवे असते ते कधीच मिळत नाही. ते नेमके इतर सद्‌गृहस्थांच्या जवळ असते.

मी विचार करू लागलो. काय मौज आहे पाहा, लग्न झालेल्या माणसांना बायका असतात; पण या नवऱ्यांना वाटत असते की हे लोढणे आपल्या गळ्यात पडले आहे! अन् लग्न न झालेली ब्रह्मचारी मंडळी केव्हा एकदा आपले लग्न होते आणि आपल्याला बायको मिळते म्हणून झुरणीला लागलेली असतात. आपले स्वत:चे पोट भरायची मारामार असलेल्या दरिद्र्याला आठ-आठ लेकरे असतात. अन् श्रीमंती उतू चाललेला माणूस पोटी संतान नाही म्हणून रडत असतो. शेवटी तो निपुत्रिक म्हणूनच मरतो. ज्या मुलीवर प्रेम करावे; ती नेमकी तुम्हाला धुडकावून लावते अन् दुसऱ्या कुणाच्या तरी गळ्यात पडायची तिची धडपड असते. तो तिसरा लेकाचा तिला हुडुत् करून हाकलतो. का तर त्याचा कुठल्या निराळ्याच पोरीत जीव अडकलेला असतो. एकूण काय, 'या चिन्तयामि सततं...' असे काहीतरी भर्तृहरी म्हणून गेला आहे हे अगदी खरे आहे.

आम्ही शाळेत असताना आमच्या वर्गात एक कारटे होते. त्याचे नाव वासू. असे विलक्षण रत्न होते म्हणता. अभ्यासाचे भारी वेड त्याला. घरीदारी, शाळेत कुठेही पाहावे, तो ही आपली स्वारी नाकाला पुस्तक लावून बसलेली आहेच. आपण स्कॉलर व्हावे, शाळेचे नाव म्हणे उज्ज्वल करावे, कुळाचा उद्धार करावा असल्या काहीतरी चमत्कारिक महत्त्वाकांक्षा त्याच्या डोक्यात होत्या. नेहमी आपले अंथरुणावर पडायचे अन् पुस्तके वाचायची. बस्स! याखेरीज त्याला दुसरे काही ठाऊकच नव्हते. असे हे रत्न आठवड्यातून निदान दोनदा तरी आजारी पडायचेच.

आजारी म्हणून अर्थातच त्याची शाळा बुडायची. आजारी पडण्यात इतके पटाईत असलेले पोरटे आम्ही तरी कधी पूर्वी पाहिलेले नव्हते. जो जो रोग अन् साथ गावाच्या दहा मैलांच्या परिसरात असेल तो तो या वासूबाळाला झालाच म्हणून समजावे. बरे, हा आजारही काही किरकोळ-बिरकोळ नसायचाच. ती बातच सोडा. पडली म्हणजे चांगली जबरदस्तच आजारी पडायची ही स्वारी. उन्हाळ्याच्या दिवसात टायफॉईड, पावसाळ्याच्या दिवसात हगवण, थंडीच्या दिवसात पडसे, खोकला हे अगदी हमखास – निमंत्रित पाहुणे यावेत अशा थाटात – त्याच्याकडे मुक्कामाला यायचे. फार काय, ऐन थंडीच्या दिवसात त्याला ऊन लागून चक्कर यायची आणि उन्हाळ्यात खोकला सुरू व्हायचा. सर्दी-पडसे नाही असा तर एक आठवडा कधी सुना जायचा नाही बापड्याचा. अन् कधी काळी गेलाच तर त्या वेळी वासू तापाबिपाने फणफणला असला पाहिजे, असे खुशाल समजावे. तेव्हा सगळीकडे कॉलऱ्याची साथ एकदा येऊन गेली. सुदैवाने आमच्या गावात ही साथ फारशी आली नाही. फक्त एकच लागण झाली सबंध गावात. ती म्हणजे वासू.

आजारी पडले म्हणजे हे वासूबाळ अंथरुणात पडून राहायचे. छानपैकी द्राक्षे खा, मोसंब्याचा रस पी असे काहीतरी करून वेळ घालवायचे. चैन होती बेट्याची! पण लेकाचे रडत बसायचे. का तर मला कुणी अभ्यास करू देत नाही; पुस्तके वाचू देत नाही. आता या गद्ध्याला काय म्हणावे? आम्ही मनात म्हणायचे "देवा, एक दिवस आम्ही आजारी पडू दे रे. मी दोन महिने शाळा बुडवतो की नाही पाहा!" शाळा चुकवण्यासाठी नाना परीने आम्ही धडपड करायचो; पण कसचे काय नी कसचे काय! काहीही लटपटी केल्या तरी आम्ही आजारी पडायचो नाहीत. उलट आपले पहिल्यापेक्षा टुणटुणीत दिसू लागायचो आणि जास्तीच खायचो. सुट्टी लागेपर्यंत आम्ही सगळे कसे खणखणीत. अन् सुट्टी लागली रे लागली की, अगदी त्याच दिवशी आम्हाला सर्दी व्हायची, खोकला व्हायचा. म्हणजे आम्ही जे आजारी पडायचो ते सुट्टी संपतासंपता आमची प्रकृती पुन्हा आपली ठणठणीत!....

एकूण काय, गंमत आहे झाले! हे आयुष्य हे असेच. पाहिजे ते पाहिजे त्या वेळी कधी मिळायचे नाही अन् नको त्या वेळी मात्र वाटेल ते.

जुन्या वाड्याकडे पाहाता पाहता ह्या सगळ्या आठवणी झाल्या.

जुन्या काळातल्या वास्तूकडे पाहताना माझ्या मनात आणखीही काही विचार भिरभिरायला लागतात. असे वाटते की जे आपण जुने जुने आणि अगदी दुर्मिळ म्हणून गौरवतो, ते त्या त्या काळात खरोखर काय किमतीचे असेल बरे? चारपाचशे वर्षांपूर्वी ती एखादी क्षुद्र वस्तू म्हणूनही समजली जात असेल नाही? आता आपल्याला दिसते तेवढी कला खरोखरीच तिच्यात असते का हो? 'जुन्या काळातील स्त्रियांच्या वेशभूषेतील एक दागिना' असे वर्णन आपण वाचतो. कुणास

ठाऊक, तो जुन्या काळात दागिनाच होता की नाही. कदाचित ते एखादे लहान मुलाचे खेळायचे क्षुल्लक खेळणेही असायचे. एखाद्या वेळेस पोर रडायला लागले की, त्या वेळची आई त्याच्या तोंडात हे चोखणे कोंबून त्याला गप्प करीत असेल, नाही?

मग उद्याही असेच होणार काय?

आणखी चार-दोन वर्षांनी कुठल्या वस्तूला काय किंमत येईल कोण जाणे. आज आपण दाढीला वापरतो असा एखादा फुटका कपसुद्धा त्या वेळी मोठी मौल्यवान वस्तू होऊन बसायचा!... नाही म्हणून कुणी सांगावे? सध्या माझ्या घरात एक चिनीमातीचा कुत्रा आहे. पांढऱ्या रंगाचा, निळसर डोळे, तांबडे नाक आणि अंगावर काळे ठिपके. त्याच्या डोक्याचा आकार जरा चमत्कारिक आहे आणि त्याचा चेहराही जरा मूर्खासारखा दिसतो. तसे म्हणाल तर मला तो विशेष आवडतो असे नाही. आहे आपला घरात म्हणून ठेवला आहे इतकेच. पण दोनशे वर्षांनी काय होईल? मला तरी अगदी खात्रीने वाटते की, हा कुत्रा कुठे ना कुठे तरी पुढे उत्खननांतून बाहेर काढला जाईल, पाय मोडलेले शेपटी तुटलेली, अशा स्थितीत. अन् मग एका काचेच्या कपाटात त्याला मोठ्या ऐटीत ठेवले जाईल. येणारे जाणारे लोक सारखे त्याच्याकडे पाहतील आणि मोठी स्तुती करतील. त्याच्या नाकावरचा रंग त्यांना भुरळ घालील आणि त्यांना वाटायला लागेल की, अरेरे या शेपटीचा तुटलेला भाग तर याहीपेक्षा विलक्षण सुंदर असेल.

आज आपल्याला या कुत्र्यात काही राम वाटत नाही. कारण तो रोज आपल्या पाहण्यातला ना? सूर्योदय किंवा सूर्यास्त यांची मोहिनी आपल्या मनावर कधी पडते का? कारण तोही रोजचाच प्रकार. तसेच या चिनीमातीच्या कुत्र्याचे असेल. पण उद्या सन २२५८ मध्ये लोक त्याच्याकडे बघून तोंडात बोटे घालतील बरे! अशी कुत्री बनवायची कला आता नष्ट झाली, अशी त्या वेळच्या लोकांना हळहळ वाटेल. आपण ती कशी तयारी केली असतील याचे आपल्या वंशजांना मोठे आश्चर्य वाटत राहील. आपल्या बुद्धिमत्तेविषयी त्यांना विलक्षण कौतुक वाटेल. "अहाहा! विसाव्या शतकात उदयाला आलेले हे ते प्रसिद्ध प्राचीन कलावंत आणि हीच ती त्यांनी बनवलेली चिनीमातीची कुत्री" असा मोठा मार्मिक अभिप्राय त्यांच्या तोंडून बाहेर पडेल....

माझे असे विचारचक्र चालू होते. त्याच क्षणी बंडूच्या हातातील वल्हे त्याने सोडून दिल्याचे मला दिसले.

बंडू एकाएकी जागेवरून उठला आणि पाठीमागे दाणदिशी आदळला. त्याच्या पायाची दिशा वरच्या बाजूला गेली. हे पाहून मोत्या एकदम भुंकू लागला आणि त्यानेही एक कोलांटी उडी घेतली. त्याबरोबर सगळ्यात वरची करंडी एकदम उडी

मारून गडगडली, तिच्यातल्या सगळ्या वस्तू बाहेर पसरल्या.

मी भानावर येऊन चकित मुद्रेने बघत राहिलो. मग शांतपणे मी विचारले,

"काय रे, काय झालं?"

"हूं:! क्यॅय झाले म्हणे –"

असे म्हणून बंडूने आणखीही काही शब्द उच्चारले. मी इकडे तिकडे पाहिले. खरे म्हणजे चूक होती माझीच. विचाराच्या नादात सामानाकडे लक्ष राहिलेच नाही. हातातले वल्हे मारायचे कामही बंद पडले. त्यामुळे एकदम होडी एका बाजूला कलंडली आणि नदीच्या काठाला खाली रुतून बसली. इतकी कलंडली की नदीचा काठ कोणता आणि आमची होडी कोणती हे ओळखणे जरा कठीण झाले.

ध्यानात आल्यावर मी सावरलो. कलंडलेली नाव आम्ही खटपटीने सरळ केली. मग आम्ही दोघांनी जागांची आलटापालट केली आणि नाव पुढे हाकारली. आम्ही दोघेही पुन्हा वल्ही मारू लागलो.

आता ती नदीकाठची गढी अगदी जवळ आली होती. तिच्या जीर्ण पण प्रचंड भिंती नदीकाठाला उभ्या होत्या. आमची होडी भिंतीजवळून चालली होती आणि माझे लक्ष त्यांच्याकडे वेधून राहिले होते. मनात पुन्हा विचारांची गर्दी उसळत होती. केवढी प्रचंड जीर्ण भिंत होती ती. शेकडो वर्षे ऊनपाऊस खात ती तशीच उभी होती. तिच्या अंगावर कुठे शेवाळे साचले होते तर कुठे चिरांतून, फटींतून वडपिंपळाच्या बारीक फांद्या उगवल्या होत्या. ठिकठिकाणी तिचा रंग वेगवेगळा भासत होता. कुठे काळाकभिन्न, कुठे हिरवट तर कुठे पांढुरका-काळा. वाटले आपल्याला चित्रकला यायला हवी होती. असे सुंदर चित्र काढले असते. ती भिंत, तिच्या पलीकडे असलेले मोकळे पटांगण, प्रचंड बुरुजानिशी खडी उभी असलेली ती इतिहास कालातली गढी. खरोखर या गढीत आपण राहायला हवे. हे वातावरणच इतके शांत आणि रम्य आहे की, इथे राहावे असे कुणाच्याही मनात येईल.

पण समजा, खरेच आपल्याला इथे राहायची पाळी आली, तर काय होईल? हे वातावरण आत्ताइतकेच रम्य वाटेल काय? छे:! संध्याकाळच्या गूढ सावल्या दिसू लागल्या की, इथली वस्तू तुम्हाला खायला उठेल. अंधूक दिव्यांनी चमत्कारिक सावल्या जिकडे-तिकडे पडू लागतील. लांबवरचे आवाज विचित्रपणे ऐकू येतील. सगळीकडे कशी स्मशानशांतता भरून राहिली आहे, असे तुमच्या मनात येईल. कुठलाही स्वर तुमच्या कानावर येणार नाही. स्वत:च्या छातीची धडधड तेवढी काय ती ऐकू येईल.

आपण शहारातले लोक उजेडाची सवय असणारे आहोत. सूर्यप्रकाश, गडबड, घाई या गोष्टी आपल्या हाडीमाशी खिळल्या आहेत. त्याशिवाय आपल्याला राहवायचेच नाही. म्हणून तर आपण शहरात राहतो. एवढ्याच कारणासाठी आपली

खेडी ओस पडायला लागली आहेत. सूर्यप्रकाश ज्या वेळी अगदी लख्ख पडलेला असतो त्या वेळी – म्हणजे दिवसाउजेडी ह्या निसर्गाचे रूप कसे आपल्याला हसरे, बोलके वाटते. मन ओढून घेते. अशा वेळी वाटते की, अरण्यात राहावे आणि डोंगर कपारीतून मनसोक्त भटकावे. पण तेच रात्रीच्या वेळी? जेव्हा धरतीमाता निद्रावश होते आणि आपण मात्र जागे असतो अशा वेळी या वातावरणाचा आनंद आपल्याला चाखता येईल का? कुठला हो? अशा वेळी कसले आले आहे निसर्गसौंदर्य अन् काय! उलट हा भयाण एकांत पाहून आपली भीतीने बोबडी वळेल. रडत एका जागी बसून राहण्यापलीकडे दुसरे काय करणार तुम्ही? इथे बसल्याबसल्या तुम्हाला शहरातला गजबजाट दिसू लागेल, विजेच्या दिव्यांनी झगमगलेले रस्ते दिसतील माणसांचा कोलाहल ऐकू येईल आणि मनात कसे गलबलून येईल. या भयाण स्तब्धतेत तुम्हाला अतिशय एकाकी वाटू लागेल आणि आपल्या दुबळेपणाची फारफार जाणीव होऊ लागेल. अंधारात बुडून गेलेली झाडे रात्रीच्या वाऱ्याने सळसळू लागतील. आसपास भुताखेतांचा वावर आहे या शंका तुमच्या मनात सारख्या भेडसावत राहतील. कुठून झक् मारली अन् निसर्गाच्या कुशीत येण्याची अवदसा आपल्याला आठवली, असे तुम्हाला होऊन जाईल. पुन्हा शहरात जाण्यासाठी आपले प्राण तडफड करू लागतील. असेच होईल ना?

मी विचारात भरकटत होतो. तेवढ्यात बंडू म्हणाला,

"या गढीच्या आत फार विचित्र वाटा आहेत. अगदी भूलभुलैय्याच म्हणेनास. तू इकडे आला नाहीस ना कधी?"

मी मान हलवली. बंडूचे आजोळ इकडे असल्यामुळे त्याला इकडच्या भागाची चांगली माहिती होती. तेव्हा त्याने सांगितलेली गोष्ट खरी असावी.

"मी एकदा इथला भूलभुलैय्या पाहायला आलो होतो ना." बंडू उत्साहाने सांगू लागला, "फार मजेदार आहे. नव्या माणसाची अशी फजिती होते म्हणतोस! अर्थात मला काहीच झालं नाही म्हणा –"

"हो का? आलं लक्षात."

भूलभुलैय्या आणि चक्रव्यूह म्हटल्यावर मला नेहमी बंडूच्या दिल्लीच्या सहलीत घडलेल्या प्रसंगाची आठवण होते. दिल्लीला गेली असताना ही स्वारी तिथला भूलभुलैय्या पाहायला गेली. कुठेतरी त्याचा नकाशा मिळाला तोही बरोबर घेतला. मोठ्या ऐटीत स्वारी त्या जागी जाऊन पोचली. बरोबर एक दोघे कुणीतरी होते. तिकीट वगैरे काढून आत शिरताना बंडूने मोठ्या थाटात सगळ्यांना सांगितले,

"ऊं:! काही दम नाही या चक्रव्यूहात. असं... असं जरा गेलं म्हणजे झालं. पहिल्यांदा डावीकडं वळायचं अन् सरळ चालू लागायचं. मग थोडं उजवीकडं. खलास दहा मिनिटांत हिंडून येऊ आपण. मग कुठेतरी खाय-प्यायचं बघू."

बरोबरच्या लोकांनी बावळटपणाने माना हलवल्या. सगळेच तिकीट काढून बंडूच्या मागोमाग आत शिरले. थोडे पुढे गेल्यावर त्यांना आणखी काही मंडळी भेटली. आम्ही जवळजवळ पाऊणतास हिंडतो आहोत, पण बाहेर पडायचा रस्ता काही सापडत नाही असे त्यांनी सांगितले. ते ऐकून बंडू उत्साहाने म्हणाला,

''असं का? मग तुम्ही आमच्याबरोबर का चलत नाही. आम्ही आपले घटकाभर गंमत म्हणून हिंडणार आहोत. थोडंसं भटकू अन् आपण सगळेच मिळून बाहेर पडू. मला माहीत आहेत इथल्या वाटा. हो, आहे काय त्यात?''

''बरं झालं तुम्ही भेटलात. नाहीतरी आणखी तासभर पायपीट करून तरी वाट सापडली असती की नाही कुणास ठाऊक.''

ती मंडळीही त्याच्याबरोबर निघाली. वाटेत इकडे तिकडे चुकलेले आणखीन काही लोक आढळले. बोलून चालून ती चक्रव्यूहाचीच रचना, तेव्हा रस्ते चुकून गोंधळलेले अन् इकडे तिकडे वणावणा करीत हिंडणारे बरेच लोक आत भेटत होते. त्या सगळ्यांना बंडूने अगदी आग्रह करकरून बरोबर घेतले. हळूहळू हा तांडा इतका मोठा झाला की, त्या भूलभुलैय्यात शिरलेले सगळेच लोक बहुधा त्यात सामील झाले. बहुतेक मंडळी वाट चुकलेली होती. बराच वेळ भटकूनसुद्धा बाहेर पडायची वाट काही त्यांना सापडत नव्हती. बंडू भेटल्यावर त्यांना एखादा देवच आपल्या साह्याला धावून आल्यासारखे झाले. सगळ्यांना पुन्हा तरतरी आली. मग बंडू पुढे आणि हा लवाजमा पाठीमागे अशा थाटात पदयात्रा सुरू झाली. सगळे मिळून वीस-पंचवीस तरी लोक असावेत. त्यात लहान मूल कडेवर घेतलेली एक बाईही होती. बिचारी दोन-तीन वेळ भटकून भटकून दमून गेली होती. आता आपण पुन्हा चुकू नये म्हणून ती तर बंडूबरोबरच पावले टाकीत चालायला लागली.

ठरल्याप्रमाणे बंडू आणि मंडळी डावीकडे जाऊन मग उजवीकडे वळली पण तरीसुद्धा वाट काही संपता संपेना. तेव्हा बंडूबरोबरच आत शिरलेला त्याचा एक मित्र म्हणाला.

''अरेच्या! बराच मोठा दिसतोय की चक्रव्यूह हा''

''तर!'' बंडू ताठ कॉलर करून म्हणाला, ''असा कुठं सापडायचा नाही पाहायला तुम्हाला फार मोठा!''

''असलाच पाहिजे. कारण आतापर्यंत आपण चांगले दोन मैल चाललो आहोत.''

''अँ?''

बंडू मनात चमकला. आपले काहीतरी चुकले असावे अशी त्याला मनातून धाकधूक वाटू लागली. पण त्याने गाडी पुढे रेटलीच. थोडेसे आणखी पुढे गेल्यावर बंडूच्या एका मित्राला वाटेत पडलेले एक चोखणे दिसले.

"आँ?" तो ओरडला, "पाच-सात मिनिटांपूर्वीच हे इथं पडलेलं होतं. मघाशी मी बघितल्यासारखं वाटतंय."

"छट्! काहीतरीच." बंडू गोंधळून बोलला.

"काहीतरीच काय? खरंच पाहिलं होतं मघाशी मी. हे असंच पडलं होतं. अरेच्या हेच ते. काही फरक नाही."

बंडूने गोंधळून मान हलवली. तो काही बोलणार तेवढ्यात काखेला पोर घेतलेली ती पंजाबी बाई तरातरा पुढे आली. चोखण्याकडे आश्चर्याने पाहातच राहिली.

"हां... हां, यहीं तो है!... हेच ते चोखणं. मघाशी आमच्या बेबीनं तोंडातून टाकून दिलं होतं इथंच. तुम्ही भेटण्यापूर्वीचीच गोष्ट."

एवढं बोलून तिने मग राष्ट्रभाषेत बंडूचा असा उद्धार केला की काही विचारू नका. कुठून दुर्बुद्धी आठवली आणि तुमच्या बरोबर आले असे म्हणून तिने बंडूला शेवटी लुच्चा, लबाड म्हणून सरळ शिव्या द्यायला सुरुवात केली.

"अहो, त-तसं-न-नाही पण म-माझ्याजवळ नकाशा आहे याचा" – बंडू त-त-प-प करीत सांगू लागला, "हा पाहा –"

"खड्ड्यात गेला तुमचा नकाशा." आता दुसरा एक जण पुढे सरसावला, "अहो दीड शहाणे, आपल्याला अक्कल नव्हती तर गप्प एकटे चालायचं होतं. दुसऱ्याला कशाला पुन्हा खड्ड्यात घातलंत आपल्याबरोबर?"

यानंतर तिसरे एक सभ्य गृहस्थ पुढे आले.

"बरं, पण आपण आत्ता नेमके कुठल्या भागात आहोत हे तरी माहीत आहे का तुम्हाला? निदान तेवढं तरी आता नीट सांगा."

बंडूने भीतभीत मान हलवली. कसेबसे शब्द गोळा करून तो बोलला,

"आपण आता पुन्हा परत जाऊ पहिल्या ठिकाणी. ऑं?"

बंडूचा हा माघारीचा पवित्रा पाहिल्यावर तर सगळ्यांनाच मग जोर चढला. बऱ्याच जणांनी डोळे लाल केले. कुणी चमत्कारिक शब्द तोंडून बाहेर काढले. कुणी बाह्या मागे सारून हाताच्या मुठीही वळवलेल्या दिसल्या, मग मात्र बंडोबाची अगदी गाळण उडाली. अगदी गयावया करून त्याने सांगितले, आपण सगळे पहिल्यांदा प्रवेशद्वाराकडे जाऊ या आणि बाहेर पडू या, नंतर मग तिथे काय भांडण करायचे ते करू या. ही सूचना अखेरीस मान्य झाली आणि निमूटपणे सगळे परत फिरले. बंडूला पुढे करून विरुद्ध दिशेने चालू लागले. अशी सुमारे दहा मिनिटे लोटली. नंतर सगळ्यांच्याच ध्यानात आले की आपण आता चक्रव्यूहच्या अगदी मध्यभागी येऊन दाखल झालो आहोत.

पहिल्यांदा बंडूने जरा बतावणी केली. माझ्या मनात वास्तविक इथेच यायचे

होते असे सांगण्याचा त्याने प्रयत्न केला. पण बरोबरीच्या मंडळींच्या प्रतिक्रिया अधिकाधिक हिंस्त्र स्वरूपात दिसू लागल्यामुळे त्याने पुन्हा आपले बोलणे फिरवले. अगदी योगायोगानेच ही चांगली गोष्ट घडून आली असे तो सांगू लागला.

काहीही असो, निदान कुठूनतरी सरळ परत फिरता येईल अशा जागी आपण येऊन पोचलो आहोत या विचाराने लोकांना त्यातल्या त्यात जरा समाधान वाटले. अहो, आपण नक्की कोठे आहोत हे निदान माहीत आहे! ही गोष्टही काही कमी महत्त्वाची नाही. तेवढेच दुःखात सुख.

मग बंडूजवळचा नकाशा बाहेर काढण्यात आला. त्यावर बरीच चर्चा झाली. नकाशा पाहिल्यावर मात्र लोकांना बंडूसारखेच वाटायला लागले. अरे! चक्रव्यूहाच्या बाहेर पडायचे ही गोष्ट इतकी अवघड नाही. अगदी सरळ, सोपे काम. जरा असं... असं जायचे म्हणजे झाले.

मग हा सर्व लवाजमा पुन्हा तिसऱ्यांदा लळतलोंबत निघाला. अगदी नकाशा बरहुकूम निघाला.

साधारण अर्ध्या एक तासांनी पुन्हा सगळे लटांबर परत त्याच ठिकाणी येऊन पोचले!

त्यानंतर त्या ठिकाणी जो गोंधळ उडाला त्याचे वर्णन काय करावे! या फौजफाट्याने नाना परीने त्या चक्रव्यूहाचा भेद करण्याचा खटाटोप केला. पण व्यर्थ! कोणत्याही वाटेने जा. पुन्हा आपले बूमरँगसारखे आहे त्याच ठिकाणी परत. हा विचित्र प्रकार सारखा अनुभवाला येऊ लागला. शेवटी ही गोष्ट इतकी अंगवळणी पडली की काही शहाण्या मंडळीनी ही निष्कारण पायपीट बंदच केली. ते तिथेच बसून परत येणाऱ्या लोकांची वाट बघू लागले. बंडूनं मध्यंतरी एकदा नकाशा बाहेर काढण्याचा प्रयत्न केला. परंतु त्याच्या दर्शनानेही लोकांचे पित्त खवळू लागल्यामुळे त्याने घाईघाईने नकाशाची सुरळी परत खिशात कोंबली.

अखेर शेवटी हिंडून हिंडून लोकांच्या पायाचे तुकडे पडायची वेळ आली. डोकी फिरून गेली. तेव्हा लोक त्या भूलभुलैय्याच्या रक्षकांना ओरडून ओरडून हाका मारू लागले. रक्षक आला. बाहेरच्या शिडीवर चढला आणि तिथूनच डोके वर काढून तो परत फिरायची वाट दाखवू लागला. पण या वेळेपर्यंत सगळ्यांचीच डोकी इतकी फिरून गेली होती की, तो नेमके काय म्हणतो आहे हे कोणालाच कळेनासे झाले.

शेवटी तो रक्षक ओरडून सांगू लागला, ''तुम्ही थांबा तिथंच. आहे त्याच ठिकाणी बसा. मीच तिकडं येतो.''

लोकांना जरा हायसे वाटले. हुश्श करीत तोंडावरचा घाम निपटीत सगळे जण त्याची वाट पाहू लागले. हा रक्षक शिडीवरून उतरला आणि आत यायला निघाला.

पण काय योगायोग पाहा! हा रक्षक लेकाचाही नवाच होता आणि त्यालाही ही भानगड नीटशी माहीत नव्हती. तो थोडा आता आला. पण चक्रव्यूहाच्या मध्यभागी यायची वाट त्यालाही सापडेना. हिंडला हिंडला अन् मध्ये स्वतःच कुठे बेपत्ता झाला. मध्यभागी खोळंबून उभ्या असलेल्या मंडळींना तो मिनिटभर कुठे तरी दिसे आणि पुन्हा नाहीसा होई. त्यांना तो लांबवर कुठे तरी दिसत होता. त्याच्या हालचालीही कळत होत्या व वेड्यासारखा तो इकडे तिकडे पळत होता हेही त्यांच्या डोळ्यांना दिसत होते. सगळे मोठमोठ्यांदा हाक मारायला लागले की तो धावत पळत त्यांच्या दिशेने यायला निघे. पण मध्येच कुठेतरी गडप होई. अशी पाच मिनिटे जात. मग पाच मिनिटांनी तो आहे त्याच जागी पुन्हा प्रकट होई आणि ओरडून विचारी,

"अहो, कुणीकडनं यायचं आत?"

शेवटी जेवायला गेलेला जुना रखवालदार जेव्हा चार वाजता परत आला तेव्हा सगळ्यांची कशीबशी सुटका झाली!

बंडूने या गढीतल्या चित्रविचित्र वाटांविषयी सांगितल्यावर मला ही सगळी गोष्ट आठवली. मी घाबरून गेलो. म्हटले, कुठे हा तिकडे चल म्हणतो की काय?

पण तसे काही झाले नाही मान हलवून बंडू म्हणाला,

"तशी काही फार अवघड अन् विचित्र वाटा नाहीत म्हणा इथल्या. पण परत येताना राजाला मात्र एकदा हिंडवून आणला पाहिजे त्यातनं. हा: हा: अशी फजिती होईल म्हणतोस त्याची! वा रे वा!..."

□

सात

आमचे हे बोलणे चालू होते; त्या वेळी माझ्या मनात कितीतरी विचार भरकटत होते. इकडे हात काम करीतच होते आणि आमची नाव झपाट्याने पाणी कापीत पुढे आली होती. मघाशी पाहिलेली गढी आणि तिची विस्तीर्ण भिंत आता पुष्कळच मागे राहिली होती. नदीचा एक लहानसा प्रवाह मध्येच बाजूला वाहात गेला होता. त्या बाजूला जरा खाली एक छोटेसे धरण बांधलेले दिसत होते. तिथे अडून राहिलेले पाणी खळवळून मागे हटत होते. जवळच्याच एका कालव्यात शिरत होते. कालव्याच्या पाण्याचा पांढरा शुभ्र पट्टा लांबवर उन्हात चमचमत होता. आसपास कामाला क्वचित कुठं माणसे आढळत होती. नदीतून जाणारी आमची एकच नाव त्या वेळी असल्यामुळे ही माणसे घटकाभर आपला कामधंदा सोडून आमच्याकडे टवकारून पाहात आणि पुन्हा आपल्या कामाला लागत. खरे म्हणजे या नदीत विहार करायला अनेक हौशी मंडळी नेहमी येत असतात असे मी ऐकले होते. पण आज तरी आमच्याशिवाय दुसरी कुठलीच नाव दिसत नव्हती.

इकडेतिकडे पाहून कंटाळल्यावर माझे लक्ष एकाएकी नावेतील सामानाकडे गेले. कपड्यांच्या बाहेर काढून ठेवलेल्या बोचक्यात मला राजाची ब्लेझरची पँट दिसली. आधी दोन-तीनच दिवस राजाने ती आम्हाला घरी दाखवली होती. तिचा रंग काही चमत्कारिकच होता. आम्ही विचारले तेव्हा राजालाही तो सांगता आला नाही.

राजाने ती अंगात घालून पाहिली तेव्हा ऐटीत विचारले, ''काय? कशी काय दिसते ही पँट मला?''

बंडूने राजाकडे बराच वेळ कुतूहलाने पाहिले.

''खरं सांगू?''

"सांग."

"शेतातलं बुजगावणं असतं ना, तसा तू दिसतोस आत्ता. त्या दृष्टीनं म्हाशील तर झक्क आहे."

मीही नंतर गंभीरपणे त्याला सांगितले की, बाबारे, तुला ही पँट मुळीच शोभत नाही. तुलाच काय पण कुठल्याही माणूस नावाच्या प्राण्याला ती बरी दिसणार नाही. हे ऐकल्यावर राजा फारच उखडला. रागारागाने त्याने बराच वेळ आरडाओरडा केला. आम्हाला कपड्यातली काही अक्कल नाही असे निर्णायक सुरात त्याने सांगून टाकले. अगदी हातपाय आपटून जाहीर केले.

आता सामानात ती पँट बघून मला पुन्हा भीती वाटू लागली. जर राजा प्रवासात ही पँट घालणार असेल तर फार धोका आहे. कारण तिच्यामुळे आसपासच्या सगळ्या लोकांचे लक्ष आपल्याकडे संशयाने लागणार आणि प्रवासात निष्कारण विघ्ने येणार.

म्हणून मी बंडूला म्हटले, "बंड्या, ही बघितलीस का राजाची पँट. लेकाच्यानं आपल्याला नकळत खुशाल सामानात कोंबलीय."

"राजा गाढव आहे."

बंडू वल्हे मारता मारता म्हणाला. बंडूने आणखी काही शिव्या राजाला घातल्या असत्या. पण तेवढ्यात त्याचे लक्ष लांबवर कुठेतरी गेले. त्याची मुद्रा बदलल्यासारखी दिसली. त्याचा चेहरा एकदम सात्त्विक आणि प्रेमळ दिसू लागला. ते पाहून मला कुतूहल वाटले.

"काय रे, काय झालं?"

बंडूने लांबवर हात केला.

"ते बघितलंस?"

"काय?"

"बाबामहाराजांची समाधी –"

"बरं मग?"

"आपण इथं उतरू या. समाधीचं दर्शन घेऊ अन् परत येऊ."

त्याने दाखवलेल्या दिशेकडे डोळे ताणून पाहिले. पण मला बाबामहाराजही दिसले नाहीत अन् त्यांची समाधीही दिसली नाही.

"हे कोण बुवा बाबामहाराज?" मी विचारले.

"वा! बाबामहाराज माहीत नाही तुला? कमाल आहे. कशाला जगलास इतके दिवस –" बंडू रागारागाने माझ्याकडे पाहू लागला.

"होय पण – कोण हे सांगशील तर खरं."

"अहाहा!" बंडूने डोळे मिटले, "मोठे सत्पुरुष होऊन गेले. अलौकिक. त्यांची

समाधीही झक्क आहे. दर्शन घेतलं म्हणजे कसं बरं वाटतं. जायचं का तिकडं?''

बंडूचे बोलणे मला मान्य होण्यासारखे नव्हते. बुवा, महाराज, बैरागी म्हटल्याबरोबर बंडोबाची स्वारी पाघळते, तसे मला कधी होत नाही. मी आपला कोरडा ठणठणीत असतो. बंडू मात्र कुठेही गेला तरी बुवा, सत्पुरुष, साधूपुरुष यांच्या चौकशा करीत बसतो. देवळात जाईल, समाधीच्या तरी पाया पडेल. त्याशिवाय त्याला बरेच वाटणार नाही. मला असला प्रकार कधी आवडत नाही. हो, नाही म्हणायला एकदा आळंदीला ज्ञानेश्वराची समाधी पाहिल्यावर मात्र मला फार बरे वाटले होते बुवा. ज्ञानेश्वराच्या समाधीपाशी डोके टेकल्यावर मनाला कसे उदात्त, भव्य आणि काव्यमय वाटले. आपण कुणी तरी फार चांगले गृहस्थ आहोत आणि काही तरी फार चांगली गोष्ट करीत आहोत, असे वाटले. मनात त्या वेळी नाना विचार आले. एरवी आपण किती वाईट गोष्टी करतो, किती दुष्टपणाने वागतो. किती पापे करीत असतो! त्यापेक्षा इथे येऊन राहावे. या ज्ञानोबामाऊलीच्या कुशीत. आणि आयुष्याचा यापुढचा काळ शांत वृत्तीने घालवावा. कधी पाप म्हणून करू नये.

खरोखर त्या वेळी मी उदात्त विचारांनी इतका भारावून गेलो होतो की त्या भरात मी माझ्या सगळ्या मित्रांना आणि नातेवाइकांना त्यांच्या वाईट वर्तनाबद्दल क्षमा करून टाकली. एवढेच नव्हे तर मी मनातून त्यांचे कल्याणच चिंतिले. मी त्यांच्याविषयी किती प्रेमळपणाने विचार करीत आहे, हे त्यांना अर्थात ठाऊक नव्हते. ते लेकाचे इच्छेला येईल तसे वागत होते. इथे या खेड्यात एका थोर संतांच्या पायाशी बसून मी केवढे उदात्त विचार करीत आहे, याची त्यांना काय कल्पना? पण या गोष्टींची तमा मी बिलकूल बाळगली नाही. मी मनात म्हटले, ''देवा, ही सगळी मंडळी सुखी असू देत. चांगली असू देत. मी त्यांच्याशी किती चांगुलपणाने वागतो आहे हे त्यांना कळू दे....''

असो. तर सांगायचा मुद्दा असा की, असे मला भरभरून येते; नाही असे नाही पण क्वचित. एरवी मी असल्या गोष्टींना कधी बधत नाही. बंडूचे आपले नेहमी चाललेले असते. कुठलाही सत्पुरुष दिसला की याने त्याचे पाय धरलेच म्हणून समजा. कुठलीही समाधी दिसली की, याने आपले डोके तिथे आदळलेच म्हणून डोळे मिटून सांगावे. असा हा सगळा प्रकार असल्यामुळे बाबामहाराज का कुठल्याशा महाराजांच्या समाधीचे दर्शन घ्यायचा बूट त्याने काढल्यावर मी त्याच्या बेताला लगेच मोडता घातला. ते बघून तो भारी खवळला; मला तावातावाने सांगू लागला की, केवळ या समाधीचे दर्शन घ्यायला मिळेल म्हणून तर आपण या सहलीत सामील झालो. तिथे जाता येत नसेल तर झक् मारते तुमची ती सहल, मला जरूर नाही. हा मी निघालो परत. तू काय समजला आहेस? इ. इ.

दादा, बाबा करून मी त्याची समजूत काढली. आता कोळेगाव येईल, तिथे

राजा आपली वाट पाहात थांबला असेल, त्याला घेण्यासाठी आपण पाच वाजेपर्यंत तिथे पोचणे आवश्यक आहे. या सगळ्या गोष्टी मी त्याला समजावून सांगितल्या तेव्हा तो घटकाभर गप्प बसला आणि नंतर एकाएकी राजावरच उखडला. या राजाला गाढवाला सगळ्यांच्या बरोबर यायला काय झाले होते? हा आपला खुशाल त्या गावापाशी येऊन थांबणार अन् आम्ही मात्र त्याचं ओझं खुशाल इथपर्यंत वागवणार. अरे हा काय न्याय झाला काय? एवढं धडपडत त्याच्यासाठी जायला तो कोण टिकोजी? त्याला मूर्खाला एवढी अक्कल असू नये का, की यांनी आपलं सामान काय म्हणून बाळगावे?... बरे, यायचेच होते सहलीला तर मग शनिवारी बँकेला दांडी मारून येता येत नव्हते काय? काही काम करायला नको, काही नको, नोकरीच्या नावाखाली याला बँकेत खुशाल चकाट्या पिटीत बसायला पाहिजेत.

"मी तर या गधड्याला चुकून कधी काम करताना पाहिलं नाही." बंडू भडकून सांगू लागला, "अरे, किती वेळा मी त्याच्याकडे बँकेत गेलो असेन. काही नाही रे, दिवसभर हा आपला खिडकीत नुसता बसलेला असतो. सोंग मात्र आणतो मोठं, आपण फार कामात आहोत म्हणून. आत्ता तूच सांग, काय काम असतं रे त्याला त्या भिकारड्या बँकेत? आम्हाला इकडं मरावं लागते पोट भरायला, पण या लेकाच्याला त्याचं काही नाहीच. काही आहे का उपयोग त्याचा, तूच सांग मला. अन् मी विचारतो, या बँकेचा तरी काय उपयोग होत असतो रे आपल्याला? आ?– आपलेच पैसे ठेवून द्यायचे अन् चेक दिला म्हणजे तो परत पाठवायचा. का तर म्हणे, सहीच चुकली, कुठं तारीखच चुकली. माझा तर चेक नेहमी लेकाचे परत पाठवतात अन् वर लिहितात पुन्हा निर्लज्जासारखं, 'इतके पैसे खात्यात शिल्लक नाहीत'– अरेच्या! हा काय चावटपणा? ते काही नाही. आता परत गेलो म्हणजे बँकेतलं खातं बंदच करून टाकणार आहे मी. मूर्ख कुठले!... आता आला असता बरोबर तर समाधीचं दर्शन घ्यायला गेलो नसतो का सगळेच. पण नाही ना. बँकेचं निमित्त करून हा खुशाल गटाळ्या घालीत बसला असेल गावभर अन् आम्ही बसलो आहोत याचं सामान सांभाळीत. जसे काही लेकाच्या बापाचे नोकर आहोत! हूं!... बस्स! ते काही नाही. आता काठावरच इथं उतरणार अन् खाऊन येणार कुठूनतरी...."

बंडू एकंदरीत फारच भडकलेला दिसला. बराच वेळ बडबड करून त्याच तोंड दुखू लागले तेव्हा तो आपोआप गप्प बसला. तो गप्प बसल्यावर मी त्याला जेव्हा सांगितले की, आपण नदीतून चाललो आहोत आणि जवळपास खायला मिळण्याचा काहीही संभव नाही. तेव्हा तो पुन्हा एकदा चिडला. रागारागात त्याने या प्रवासाच्या कल्पनेलाच शिव्या मोजल्या.

"कसला हा नदीतला प्रवास? कुणी मूर्खाने ही कल्पना काढली? छ्या:!

माणूस मरायला लागलं तरी त्याला इथं खायला नाही मिळायचं.''

बंडूचे डोके जरासे चमत्कारिक आहे. भडकले म्हणजे भडकले. अशा वेळी त्याच्याशी वाद घालण्यात काही अर्थ नसतो. मी बराच वेळ गप्प राहून त्याची बडबड ऐकून घेतली. थोड्या वेळाने दमून जाऊन तो आपोआपच शांत झाला. मग मी त्याला सांगितले की, बाबारे आपण बरोबर घेतलेल्या सामानात फराळाचं सामानही आहे; ते घ्यायचे आपण विसरलेलो नाही. खायचे पदार्थ आहेत, फळं आहेत, सगळं काही आहे. तुला पाहिजे असेल तर खुशाल करंडी उघड अन् घे काढून जे पाहिजे ते.

हे ऐकल्यावर तर तो मऊ झाला. ''आता ह्या वेळी खायचं म्हणजे जरा हेच वाटतं बुवा –'' असे, तो काहीतरी पुटपुटला. पण शेवटी स्वारी उठली. एका हातात वल्हे घेऊन तशीच उठली आणि करंडी ठेवली होती त्या दिशेनं ओणवी झाली. करंडीच्या वरच्या बाजूला थोडीशी भाजी होती. बटाटे कांदे होते अन् खायचे सामान अगदी तळाला होते. ते त्याला निघता निघेना. तो आणखीन पुढे पुढे वाकला. शेवटी तो इतका वाकला की त्याच्या हातातले वल्हे एकदम वेडेवाकडे झाले आणि नाव डळमळली. तिची एक बाजू पाण्याशी समांतर झाली आणि दुसरी वर आली. त्याबरोबर बंडोबाची स्वारी कोलमडलीच आणि सरळ सरळ करंडीवर जाऊन आदळली. अशी आदळी की बंडोबाचे डोके थेट करंडीत गेले आणि आत गडप झाले. दोन्ही हात नावेच्या कडेला घट्ट राहिले. फक्त पाय तेवढे वर ताठ झाले. मग बंडूने अशा स्थितीत मोठी किंकाळी फोडणे ही गोष्ट अपरिहार्य होती. अशा अवस्थेत त्याला एक-दोन मिनिटे तरी थांबावे लागले. कारण त्याच्या साह्याला यायला मला तेवढा वेळ लागलाच. मग त्याचे हवेत धडपडणारे दोन्ही पाय पकडले आणि खाली आणले. सरळ केले, करंडीतून मुंडके काढून ते परत त्याच्या ताब्यात दिले.

त्यामुळे बंडू जास्तीच भडकला. एक अक्षर न बोलता त्याने रागारागाने वल्हे हातात घेतले. मुकाट्याने तो नाव वल्हवीत राहिला.

□

आठ

संध्याकाळी पाचच्या सुमारास कोळेगावी पोचायचे होते. साधारण बारा-एकच्या वेळी कोठेतरी थांबावे आणि जेवण करावे असे आम्ही ठरवले होते. त्या दृष्टीने मी जागा पाहात होतो. एके ठिकाणी झाडांची गर्द ओळ लागली तेव्हा इथेच उतरावे असे वाटले. नाव काठाला लावून आम्ही सावलीत बसलो. फराळाचा डबा काढून जेवायला सुरुवात केली. जेवण आटोपल्यावर घटकाभर पाय ताणून आडवे पसरलो. इकडे तिकडे पाहू लागलो.

आसपास निसर्गाने आपले वैभव मुक्तहस्ताने उधळलेले दिसत होते. नदीचे निळसर पात्र लांबवर वळणे घेत पसरले होते. तिच्या काठाकाठाने मखमली सारखी हिरवळ वाऱ्याच्या झुळकीने डोलत होती. कडेच्या झाडांनी तिच्यावर छत्र धरले होते. हिरवळीवर पसरून नदीच्या खळखळाटाकडे पाहात बसण्यात फार मौज वाटत होती.

आम्ही हा देखावा पाहण्यात रंगून गेलो होतो. तेवढ्यात कुणीतरी माणूस लांबूनच आम्हाला मोठमोठ्याने हाका मारू लागला. काही कळेना. आम्ही त्याच्याकडे पाहात राहिलो. तसा तो जवळ आला. त्याच्या डोक्याला मुंडासे होते. खाली फाटके धोतर. हातात काठी, चेहरा काळारठ्ठ.

तो जवळ आल्यावर आम्ही विचारले, ''का हो पावणे, काय झालं ओरडायला?''

''हितं बसू नका म्हून कवाचं वरडतुया मी. पन तुमी काय हालतच न्हाई'' तो गुरगुरला. ''म्हाईत न्हाईका कुनाची राई हाये ही?''

''नाही बुवा. कुणाची?''

''आंबेगावच्या पाटलाची मळई हाये ही. दिसत न्हाईका बाग?''

''दिसती खरी बुवा... बरं मग?''

''मग काय? हितं बसायचं न्हाई. उठा.''

''एवढंच ना? आमचं झालं म्हणजे उठतोच आम्ही.''

आम्हाला वाटलं, एवढी खात्री दिल्यावर तो मुकाट्याने जाईल. पण तो गडी काही जागचा हालेना. तिथेच घुटमळत उभा राहिला. आता आणखी काही सांगायचे राहिले आहे की काय, अशी आम्ही चौकशी केली. पण तो काहीच बोलला नाही. बंडूने त्याला राहिलेल्या एक-दोन पोळ्या आणि थोडीशी भाजी दिली. ती त्याने पत्रावळीत गुंडाळून घेतली. पण अशा नाखुशीने की, जणू आमचे अन्न वायाच जाणार होते आणि ते घेऊन त्याने आमच्यावर मोठा उपकारच केला होता.

धोतरात पत्रावळ गुंडाळून घेऊन पुन्हा तो तिथेच उभा राहिला. आम्ही विचारले तेव्हा तो पुन्हा पुन्हा आम्हाला निघायची घाई करू लागला. तुम्ही लवकर नाही उठलात तर मला मालकांना बोलावून आणावे लागेल, असे तो पुन्हा बडबडू लागला. मग मात्र बंडू चिडला. रागारागने हातवारे करीत म्हणाला,

''जा-जा, आण तुझ्या मालकांना बोलावून. मग जाऊ आम्ही.''

त्या गड्याने बंडूच्या अगडबंब देहाकडे एकदा पाहिले आणि मग त्याला जास्ती बोलण्याचे धाडस झालेच नाही. तो निमूटपणे अंतर्धान पावला. बहुधा त्याला आमच्याकडून चार-दोन पैसे हवे असावेत, दुसरे काय? ते न मिळाल्यामुळे त्याने हा फुका दम भरण्याचा उद्योग केला असावा. जरा भेदरट माणसे भेटली की असा दम भरून चार पैसे लुबाडायचे हा उद्योग अनेक मंडळी करीत असतात. त्यापैकीच हा एक. नाहीतर त्या जागेवर बसल्याने त्याच्या मालकाची भुई झिजणार होती थोडीच! रिकामा चावटपणा. हे मालक लोकही मोठ्या क्षुद्र बुद्धीचे असतात बुवा. आपल्या आवारापाशी, बागेत खुशाल पाट्या लावून ठेवतात – 'परवानगीशिवाय आत येण्यास सक्त मनाई आहे. कायदेशीर इलाज केला जाईल.'

असल्या पाट्या बघितल्या की माझे तर डोके अगदी फिरून जाते. अगदी तिडीकच उडते म्हणानात. असे वाटते की ही पाटी अशीच उपटावी आणि तिचे तुकडेतुकडे करून टाकून द्यावेत. नाहीतर त्या लेकाच्या मालकाच्या टाळक्यावर आपटून फोडावी. खरोखर असा राग येतो काही वेळेला. अगदी चांगला नरडीचा घोटच घ्यावा. अशा लोकांना चांगले खड्ड्यात पुरावे आणि त्यांच्या खड्ड्यावर हे बोर्ड द्यावेत अडकवून – 'परवानगी शिवाय आत येण्यास सक्त मनाई आहे...' हा: हा:!

माझ्या मनात आलेले हे आसुरी विचार मी बंडूला सांगितले, तेव्हा त्याने माझ्याही वर ताण केली. ''माझ्या मनात याच्याहीपेक्षा भयंकर विचार येतात.'' तो सांगू लागला. ''या मालक लोकांना नुसतं ठार करून नाही भागायचं. त्यांची मित्रमंडळी, नातेवाईक सगळ्यांचं शिरकाण करावं चांगलं, काय? अन् मग त्याचं

घर द्यावं पेटवून.''

बंडूचे हे विचार मला वाजवीपेक्षा जरा कडक वाटले. मी त्याला तसे म्हटलेही, पण तो म्हणाला,

''छे: छे:! कडक कसले आलेत रे? अशीच शिक्षा पाहिजे या हलकटांना. मला तर वाटतं की, त्यांच्या जळलेल्या घराच्या राखेवर नाचावं चांगलं. छान गाणी म्हणत नाचावं.''

बंडूची ही हिंस्र, रक्तपिपासू वृत्ती मला मुळीच आवडली नाही. माणसाने आपली सूडबुद्धी इतकी ताणू नये, नाही का?... म्हणून मी त्याची कितीतरी वेळ पुढे समजूत घातली. मग तो जरा शांत झाला. शेवटी त्यानेही कबूल केले की आपले हे विचार जरासे कडक झाले खरे; नातेवाईक आणि मित्र यांचीही कत्तल करावी आणि घर जाळून तिथल्या राखेवर उभा राहून गावे, नाचावे असे मघाशी आपण म्हटले; पण ते शब्द माघारी घ्यायची माझी तयारी आहे. या बाकीच्या लोकांना सोडून दिल्यास चालेल.

बंडूची ही माघार ऐकून मला जरा बरे वाटले. नाहीतर मघाशी नाचावे, गावे असा त्याचा निश्चय ऐकून माझ्या पोटात गोळाच उठला होता. अहो, बंडूचे गायन हा काय प्रकार आहे याची तुम्हाला कल्पना नाही. नाही तर त्याचा गाण्याचा बेत हाणून पाडून मी मनुष्य जातीची केवढी सेवा बजावली आहे, हे तुमच्या लक्षात आले असते. बंडूची अशी ठाम समजूत आहे की आपल्याला अगदी गोड गळा आहे. विशेषत: विनोदी गाणे तर आपल्याला फार छान म्हणता येते, असे त्या गाढवाला वाटत असते. जे लोक बंडूला चांगले ओळखतात ते त्याला कधीही गाणे म्हणण्याचा आग्रह करीत नाहीत. इतका आवाज जातिवंत आहे. पण हे आता त्याला कुणी बोलायचे? चार-चौघांत बसले असताना विनोदी गाणी म्हणून दाखवून त्याने अक्षरश: कितीतरी लोकांचे प्राण कंठाशी आणले आहेत. पण काय करायचे? स्वभावाला औषध नाही!

बंडूच्या विनोदी गाण्यावरून आठवण झाली. एकदा का विनोदी गाण्याच्या पायी असा काही भयंकर प्रसंग आमच्यावर कोसळला होता म्हणता. बास, बास! आम्ही जन्मात तो प्रसंग कधी विसरणार नाही. म्हणजे गंमत काय झाली, असाच एकदा कुणाकडे तरी कसला तरी समारंभ होता. बरीच मंडळी जमली होती. मीही गेलो होतो. चार ओळखीचे लोक जमवून आम्ही एका कोपऱ्यात गप्पांचा अड्डा टाकला होता. आमच्या या अड्ड्यांत कसे कुणास ठाऊक, पण एकदोन कानडीअप्पाही घुसले होते. आमची निरनिराळ्या विषयावर मोठी मार्मिक चर्चा चालली होती अन् हे कानडी लेकाचे मध्येच हेंदरटासारखे बोलत होते. त्यांना मराठी भाषाही येत नव्हती, की काय कुणास ठाऊक; पण हेल काढून ते सारखे मधेमधे बोलत होते.

त्याचे आम्हाला हसू येत होते. आमच्या उच्च आणि सुसंस्कृत बोलण्यापुढे त्यांचे बोलणे अगदीच गावंढळ वाटत होते. तत्त्वज्ञान, साहित्य, संगीत कितीतरी विषयांवर आम्ही मोठी मौलिक चर्चा केली. फार काय आम्ही विनोदही अत्यंत उच्च पातळीवरून करीत होतो. या मूर्खांना मात्र तो कळला असावा असे दिसले नाही. कारण ते एकसारखे विचित्र दृष्टीने आमच्याकडे पाहात होते.

फराळबिराळ आटोपल्यावर थोडासा करमणुकीचा कार्यक्रम झाला. कुणी भावगीते म्हटली, कुणी नकला केल्या, कुणी मीराबाईंची हिंदी पदे म्हटली आणि एकंदरीत आम्ही अगदी खूश होऊन गेलो.

हा कार्यक्रम चालू असताना त्या दोघा कानड्यांपैकी कुणीतरी आम्हाला विचारले, ''काहो, नानालिंगप्पाचं गाणं तुम्ही कधी ऐकलं आहे का?''

''नाही बुवा. कसलं गाणं?'' आम्ही विचारले.

''वा!'' त्यांनी सांगितले, ''नानालिंगप्पा हे विनोदी गीतं म्हणण्याबद्दल सबंध कर्नाटकांत प्रसिद्ध आहेत ना. तुम्ही नाही ऐकलं कधी?''

आम्ही कुणीच नानालिंगप्पांची विनोदी गीतं ऐकली नव्हती. आम्हाला त्याचे नावही नीटसे माहीत नव्हते. आम्ही तसे सांगितले तेव्हा त्या दोघांना आणखीनच जोर आला. त्यांनी सांगितले की कन्नड भाषेत त्यांच्या इतकी विनोदी गीतं क्वचितच आढळतील. अनायासे नानालिंगप्पा हे समारंभाला आले आहेत. खाली कुणाशी तरी बोलत बसले आहेत. आपली त्यांची चांगलीच ओळख आहे. तेव्हा सगळ्यांची इच्छा असेल तर आम्ही त्यांना वर हाक मारतो. आग्रह केला तर म्हणतील गाणे, नाही म्हणायचे नाहीत. अहो, एकदा त्यांनी हे गीत म्हैसूरच्या महाराजांना म्हणून दाखवलं होतं. ते ऐकून हसून हसून महाराजांचं पोट इतकं दुखायला लागलं की त्यांना अक्षरशः डोलीत घालून महालात न्यायची वेळ आली म्हणतात.

नानालिंगप्पा यांच्या गाण्याचे आणखी एक अद्वितीय वैशिष्ट्य या कानडी सद्गृहस्थांनी आम्हाला सांगितले. हे विनोदी गीत म्हणताना नानालिंगप्पा तोंडावर मात्र इतका गंभीर भाव सतत ठेवतात की काही विचारू नका. एखाद्याला वाटावे की हा माणूस अगदी करुण गीतच आळवतो आहे, या कल्पनेमुळे तर गाण्याला फारच खुमारी येते. आपण काही तरी गमतीदार गाणे म्हणतो आहोत हे, ते कसल्याही सुरामधून अगर अभिनयातून सूचित करीत नाहीत. सगळे कसे विलक्षण, गंभीर. त्यामुळे तर या गाण्याला फारच रंगत चढते.

हे ऐकल्यावर अर्थातच आमची उत्सुकता वाढली. घटकाभर हसावे खिदळावे अशी खुमखुमी आम्हालाही होतीच. तेव्हा नानालिंगप्पाला बोलवा अशी आम्ही सूचना केली. त्या बरोबर ते दोघेही कानडी खाली गेले. त्यांनी नानालिंगप्पाला हॉलमध्ये बोलावून आणले.

आम्ही सगळ्यांनी गाणे म्हणण्याची विनंती केल्यावर नानालिंगप्पाही खुलल्यासारखे दिसले. फारसे आढेवेढे न घेता जरा खाकरून खोकरून त्यांनी गीत म्हणायला सुरुवात केली.

“आता मजा येणार आहे बरं का? अगदी हसून हसून मुरकुंडी वळेल तुमची” त्या दोघा कानडी अप्पांनी हळू आवाजात सांगितले. मग ते हळूच नानालिंगप्पाच्या पाठीमागच्या बाजूला जागा रिकामी होती तिथे जाऊन बसले.

नानाजींनी आपले गाणे सुरू केले. सुरुवातीला कडव्याचे जे सूर ऐकले त्यावरून काही गीत विनोदी असल्यासारखे वाटले नाही. सूर जरा मंद आणि करुणच वाटले. अगदी मन उचंबळून यावे तसे काहीतरी झाले. तथापि ही अभिनव कन्नड पद्धत आहे असे आम्ही एकमेकांना बजावून सांगितले आणि एकाग्रतेने ते विनोदी गीत ऐकू लागलो.

मला स्वत:ला कानडी येत नाही. कुठे चुकून चार शब्द ऐकले असतील तेवढेच. पण आपल्याला काहीच समजत नाही असे लोकांना वाटणे बरोबर नव्हते. म्हणून आपल्याला कानडी समजते असे भासवण्याची मी खटपट केली. त्यासाठी मी मोठी मजेदार युक्ती केली. मी आपला त्या दोघा कानडी अप्पांकडे टक लावून बघत बसलो. ते करतील तसे करायचे. त्यांनी जेव्हा स्मित हास्य केले तेव्हा मीही बेताबेताने हसलो. जेव्हा ते चेहरा वेडावाकडा करून मोठ्यांदा दात विचकू लागले तेव्हा मीही गदागदा हसू लागलो. इतकेच नव्हे तर मध्येच विनाकारण खिंकाळलो सुद्धा. जसा काही इतरांच्या ध्यानात न आलेला विनोद जणू मला एकट्यालाच कळला होता!... ही युक्ती मला तर फारच बेमालूम वाटली.

थोड्या वेळाने मी इतर लोकांकडे पाहिले. पाहतो तो बाकीची सगळी मंडळी सुद्धा माझ्याप्रमाणेच त्या दोघा कानडी अप्पांच्याच हावभावावर दृष्टी लावून होती. ते जसे करतील तसे ही मंडळी करीत होती. ते हसले की हसायचे. त्यांनी फिस् केले की त्यांनी फिस् करायचे. पुढे पुढे तर ते दोघे पोट आवळून आवळून खिदळू लागले आणि मग बाकीचेही सगळे ख्यः ख्यः करून हसू लागले. एकंदरीत सगळ्यांनाच त्या विनोदी गाण्याची मोठी करमणूक वाटू लागली.

पण काय असेल ते असो, हे विनोदी गीत म्हणणारे गृहस्थ – काय बरे त्यांचे नाव? – हां, नानालिंगप्पा – त्यांची मुद्रा काही प्रसन्न दिसली नाही. आम्ही पहिल्यांदा जेव्हा खो, खो करून हसायला सुरुवात केली तेव्हा त्यांच्या चेहऱ्यावर विलक्षण आश्चर्य पसरलेले दिसले. जणू काही आम्ही हसावे ही गोष्ट त्यांना फार अनपेक्षित वाटली असावी. आम्हाला तर त्यांच्या विस्मयचकित मुद्रेकडे बघून फारच हसायला आले. त्यांचा अगदी बेमालूम गंभीर चेहरा हीच मुळी गाण्यातील निम्मी गंमत आहे, हे अगदी बरोबर पटले. गाण्याला अनुरूप असा गमतीदार चेहरा

त्यांनी केला असता, तर काही तितकीशी मौज वाटली नसती. आम्हाला त्या दोघांचे मघाचे बोलणे अगदी तंतोतंत पटले. आम्ही त्यामुळे आणखीन मोठमोठ्यांदा हसू लागलो. तसतसशी नाना-अप्पांची मुद्रा जास्ती जास्तीच गंभीर आणि चमत्कारिक होत गेली. शेवटी ते रागाचा आविर्भाव आणून ओरडून ओरडून गाऊ लागले आणि आम्ही पोट धरधरून जास्तीच हसायला लागलो. खरोखर काय हसू आले म्हणून सांगू! अगदी डोळ्यांतून पाणी गळायला लागले. डोक्याच्या शिरा दुखू लागल्या. वास्तविक नुसत्या शब्दांनी काही हसू आले नसते. पण त्यांच्या गंभीरपणाच्या बेमालूम अभिनयाने अक्षरश: कोलमडून पडायची पाळी आली.

शेवटच्या कडव्याच्या वेळी तर गृहस्थाने कमालच केली. त्याने आपली मुद्रा इतकी हिंस्र आणि भयानक केली, की काही विचारू नका. दातओठ काय खाल्ले, डोळे काय गरगरा फिरवले. अहो, काही विचारू नका! फार गंमत. ही सगळी गंमत आहे हे आधीच ठाऊक होते म्हणून बरे. नाहीतर ते करुण स्वर ऐकून आम्हाला अगदी रडू कोसळले असते.

शेवटी नानालिंगप्पांनी गाणे संपवले तेव्हा तर हास्याचा प्रचंड स्फोट झाला. आम्ही अगदी गळ्यावर हात ठेवून सांगितले की असली विलक्षण विनोदी गंमत आपण बापजन्मात कधी अनुभवली नव्हती. कानडी लोकांना विनोदाचा गंधही नसतो; हा उगीच आपला गैरसमज आहे, हे आम्ही एकमेकांशी कबूलही केले. ह्या सद्गृहस्थांना आम्ही विचारलेही.

''तुम्ही या गीताचं मराठीत भाषांतर करून का घेत नाही? म्हणजे सगळ्यांनाच त्यातली मौज कळेल. आमच्या लोकांना एकदा समजेल तरी, खरं विनोदी कसं असतं हे.''

हे ऐकल्यावर ते सद्गृहस्थ असे भडकले म्हणता. कानडीमधून त्यांनी असा आरडाओरडा केला की काही विचारू नका. हातवारे करून वेडीवाकडी तोंडे करून मोडक्या-तोडक्या मराठीत त्यांनी आम्हाला लाख शिव्या मोजल्या. माझा असला अपमान सबंध जन्मात कधी कुणी केला नाही, असे ते मोठमोठ्यांदा ओरडून सांगू लागले.

त्यांच्या मोडक्यातोडक्या बोलण्यातून आम्हाला खऱ्या गोष्टीचा मग पत्ता लागला. अहो, ते म्हणे विनोदी गाणे नव्हतेच मुळी. डोंगरकपारीत निसर्गाच्या कुशीत राहणाऱ्या एका गिरीकन्येच्या प्रेमाची ती दर्दभरी कहाणी होती म्हणे. आपल्या प्रियकरासाठी ती आपल्या प्राणाचा त्याग करते. पुढे तिचा प्रियकरही मरतो आणि मग दोघांच्या आत्म्याचे स्वर्गात मीलन होते, असा काहीतरी त्या गाण्याचा कथाभाग होता म्हणे. मला आता सगळा तपशील आठवत नाही पण असेच काहीतरी फार करुण असे त्यात होते एवढे मला आठवते. हे गाणे म्हैसूरच्या

महाराजांना म्हणून दाखवले तेव्हा शोकाने त्यांचे डोळे इतके भरून आले की एखाद्या लहान मुलाप्रमाणे ते ओक्साबोक्शी रडू लागले. कन्नड भाषेतले ते एक उत्तम दर्जाचे शोकगीत समजले जाते, असेही त्यांच्या बोलण्यावरून आम्हाला कळले.

मग आमचा त्या दिवशीचा कार्यक्रम तिथेच संपला. जो तो गुपचूप तिथून सटकला. एकमेकांचा निरोपही न घेता प्रत्येकाने मुकाट्याने काढता पाय घेतला. एकमेकांकडे बघायचे टाळून आम्ही पोरासारखे तिथून सटकलो. गुपचुप घरोघर गेलो.

तेव्हापासून गाण्याच्या भानगडीत मी चुकून कधी नाक खुपसले नाही!

दुपारचे चार झाले असावेत. आम्ही कोळेगावजवळ येऊन पोचलो होतो. टेकडावर असलेले गाव लांबूनच अस्पष्ट दिसत होते. तिथे नदीचे पात्रही मोठे रमणीय वाटत होते. काठावरची झाडी, आंबराया, कडेने पसरत गेलेले गवत या सर्वांचा हिरवागार रंग डोळ्यांना सुखवीत होता.

कोळेगावची वस्ती अगदी नदीकाठची दिसली. खेड्याच्या मानाने गाव बरे वाटले. गावातल्या वस्तीचे एक टोक तर थेट नदीकाठापर्यंत येऊन भिडलेले दिसत होते. मी नावेतून पाहिले. पाच-पन्नास घरे असतील नसतील. पण ती मोठी नीटनेटकी दिसली. पडलेली, ढासळलेली घरे हे खरे खेडेगावाचे वैशिष्ट्य. पण तसा देखावा काही दृष्टीस पडला नाही. गावच्या भोवतालची जुनी तटबंदी अजूनही चांगल्या स्थितीत शिल्लक राहिलेली आढळली. अलीकडे काठावर वळणापाशी एक लहानसे देऊळ दिसले. आसपास चार-दोन दगडी समाध्याही होत्या. त्याही चांगल्या अवस्थेतल्या. मला एकदम भीतीच वाटली. बंडूचे जर तिकडे लक्ष गेले असते, तर स्वारी नावेतून उडी टाकून देवळाकडे पळत गेली असती. तिथे डोके आपटून मगच परत आली असती. नावेच्या वळणावर ती भीती होती. पण बंडूचे तिकडे लक्ष गेले नाही आणि मी बचावलो. वळण मागे टाकून नाव पुढे गेल्यावर मी सुटकेचा निःश्वास टाकला.

कोळेगाव येईपर्यंत वाटेत अगदीच काही लागले नव्हते असे नाही. कुठेकुठे लहानलहान वस्त्या आढळल्या होत्या. पण कोठेही काही विशेष नव्हते. हां, मध्येच एक पीर काठाला एका झाडाखाली दिसला होता. बंडूचे तिकडे लक्ष गेलेले पाहून माझ्या काळजाने ठाव सोडला होता. त्याच्या मनात तिथे उतरायचे होते असे त्याच्या कावऱ्याबावऱ्या मुद्रेवरून वाटलेही. पण तेवढ्यात मी एक युक्ती केली. नाव वल्हवता वल्हवता मी माझ्या वल्ह्याला असा चमत्कारिक हिसडा मारला की, बंडूची टोपी उडाली आणि बरोबर पाण्यात पडली. बंडू बावचळून आपली टोपी बाहेर काढतो आहे; एवढ्यात मी पार झपाट्याने नाव खाली घेतलीसुद्धा. त्यामुळे त्याच्या काही ध्यानातच राहिले नाही.

गाव संपल्यावर पुन्हा गर्द झाडी सुरू झाली होती. तिथेच नदीकाठाला कसले

तरी बुजगावणे लांबूनच आम्हाला दिसले. तेव्हा आम्ही बरोबर ओळखले की हा राजाच आपली वाट पाहात उभा असणार.

राजाची ओळख पटल्यावर आम्ही लांबूनच त्याला मोठमोठ्यांदा हाका मारायचा सपाटा सुरू केला. मोत्याही जोरजोराने भुंकू लागला. मी तारस्वरात किंकाळ्या मारल्या आणि बंडूने मोठा चीत्कार केला. या सर्व गोष्टींचा परिणाम असा झाला की, नदीकाठी जवळपास बसलेल्या लोकांची भलतीच गैरसमजूत झाली. त्यांना वाटले की, बहुधा नदीत कुणीतरी बुडाले असावे. चार-दोन मंडळी त्यामुळे धावूनही आली आणि खरा प्रकार ध्यानात आल्याबरोबर चरफडत निघून गेली.

आम्ही नाव काठाला लावली तसा राजा आत आला. बघितले तर त्याच्या एका हातात कागदाची वेडीवाकडी गुंडाळलेली लांबलचक विचित्र वस्तू दिसली. दुसऱ्या हातात लहानशी छडी किंवा छडीसारखे काहीतरी दिसले.

"हे रे काय?" बंडूने लगेच चौकशी केली, "काय आणलंयस हे? पावबिव दिसतोय मोठा?"

"छट्!" राजा म्हणला. त्याचे डोळे कसल्यातरी विलक्षण आनंदाने लकाकत होते. "लेका, तुला खाण्यावाचून दुसरं सुचतं काय? पाव इतका लहान असतो वाटतं?"

"मग काय आहे?"

"फ्ल्यूट!"

"फ्ल्यूट?"

"हां, मस्तपैकी आणलाय, करमणूक म्हणून वाजवायला."

आम्ही दोघेही बुचकळ्यात पडलो.

"पण तुला फ्ल्यूट कधी येतो वाजवायला? आम्ही तर कधी ऐकलं नाही बुवा."

"तसं येत नाही म्हणा" राजा आमच्याकडे तुच्छतेने पाहात म्हणाला, "पण, अरे आहे काय अवघड यात? मी पुस्तक आणलंय ना बरोबर. त्याच्यावरनं शिकून वाजवायचं. आहे काय अन् नाही काय? बघायचं अन् वाजवायचं. बघायचं अन् वाजवायचं!"

□

नऊ

राजा उशिरा दाखल झाला होता. इतका वेळ आम्ही दोघेच काम करीत होतो. त्यामुळे राजाला आम्ही आल्या आल्या कामाला लावला. त्याने अर्थातच टाळाटाळ करायचा पुष्कळ प्रयत्न केला, हे काही सांगायला नको. इकडे यायच्या पूर्वी मला बरीच दगदग पडली, अमुक त्रास झाला, फलाणेच झाले, अशा एक ना दोन छपन्न सबबी तो सांगायला लागला. पण बंडूने त्याची चांगली खरडपट्टी काढली.

"तर, तर! म्हणे मला फार दगदग झाली तिकडे. मग आता घटकाभर इथंही दगदग सोस. कामात थोडासा बदल झाला म्हणजे झालं. हं, चल आटप. हो बाहेर. धर होडीचा दोर नीट अन् ओढ पुढे."

वल्ही सारखी मारायचा ताप होऊ नये म्हणून, मधूनमधून होडीला बांधलेल्या दोराने कुणीतरी होडी ओढायची, असे आम्ही दोघांनी आजच्या अनुभवाने ठरवले होते. शिवाय जिथे पाणी अगदी गुडघ्या-मांड्याएवढे असते तिथे वल्ही मारण्यापेक्षा दोरीने होडी ओढत नेलेली बरी पडते. म्हणून आम्ही राजालाच हे काम सांगितले. त्याला अर्थातच नाही म्हणायची आता सोय नव्हती. पण त्याने आढेवेढे घ्यायचे ते घेतलेच. नसत्या सबबीही सांगायला सुरुवात केली... "मी इथं बसल्या बसल्या काहीतरी काम करतो, चहा करतो. नाहीतर चहा करणं म्हणजे काय चेष्टा आहे! तुम्ही दमलेले आहात. तेव्हा तुम्हीच होडी ओढा. चहाचं काम लागलं माझ्याकडं." असं काहीतरी तो पुन्हा बडबडू लागला. पण आम्ही त्याची सूचना सरळ धुडकावून लावली आणि उतरतोस की नाही खाली? म्हणून दटावले. मग मुकाट्याने स्वारी खाली उतरली. दोरी हातात घेऊन पाण्यातून होडी ओढू लागला.

होडी निघाली. हळूहळू आमचा प्रवास पुन्हा सुरू झाला.

संध्याकाळ होऊन उन्हे सरत आली तसा आम्ही विचार करू लागलो. या

वेळपर्यंत कोळेगाव सोडून आमची होडी चांगली तीन-चार मैल पुढे आली असावी. वाटेत काठाला लहानसहान होड्या लागत होत्या. आता रात्री मुक्काम कुठे करावा? रात्री होडीतच झोपायचे असे आम्ही ठरवले होते. त्या दृष्टीने वर बांधायला लोखंडी तारांचे गुंडाळे आणि ताडपत्रांचे जाड कापड आणले होते. तार उभी करायला आणि होडीला अडकवायला लोखंडी हूकही बरोबर घेतले होते. आता चांगलाच अंधार पडत होता. लवकर काहीतरी ठरवणे भाग होते. आणखी खाली गेले तर गाव लागेल, तिथे झाडीबिडीही चांगली आहे. तेव्हा मुक्काम करायला तीच जागा बरी, अशी माहिती राजाने पुरवली. आम्हालाही हे म्हणणे पटले. मग होडी जोराने पुढे रेटली. दोघेदोघे सतत वल्ही मारू लागलो.

पुढच्या गावी मुक्काम टाकायचा असे आम्ही ठरवले खरे. पण नंतर फार पश्चात्ताप झाला. मधे-आधे वस्त्या लागल्या तिथे कुठेही नाव कडेला घेऊन रात्रीचा मुक्काम केला असता तर बरे झाले असते, असे नंतर वाटू लागले. पुढची वस्ती तीन-चार मैलांवरच होती. पण सकाळी तीन चार मैल म्हणजे 'किस झाडकी पत्ती' वाटले. आता दिवसभर काम करून पिट्टा पडला होता. आता तीन चार मैल गाडी रेटायची म्हणजे अगदी जिवावर आले. अशा वेळेला भोवतालच्या निसर्गसौंदर्याकडे मुळीच लक्ष जात नाही. हसतखेळत, गप्पा मारीत काम करायचा प्रयत्न जमत नाही. दर अर्ध्या मैलांनी वाटायला लागते की, आपण चांगले दोन एक मैलांचे अंतर तोडले असावे. आपण फारसे पुढे गेलो नाहीत, आहोत तिथंच आहोत असं कुणी सांगितले तर विश्वास बसत नाही. काहीतरी नदीकडूनच चुकले असले पाहिजे अशी आपली दृढ समजूत होऊ लागते. शेवटी आपल्या हिशेबाप्रमाणे आपण चांगले दहा मैलाचे अंतर तोडले, तरी पाहिजे ते ठिकाण आलेले दिसत नाही. मग आपल्याला मनातून भीती वाटायला लागते. अगदी प्रामाणिकपणे शंका यायला लागते की अरे, हे गाव नक्की इथेच तर होते, पूर्वी इतके लांब नव्हते. आत्तापर्यंत ते खरं म्हणजे लागायला हवे होते. मग कुठे गेले बुवा? कुणीतरी ते काखोटीला मारून चोरून, पळून तर नेले नसेल?

मी आणि बंडू आमच्या दोघांच्याही मनात असले विचार यायला लागले. हे पुढे लागणारे गाव खरोखर कुणी उचलून पळून तर नेले नाही ना?

आता अंधार व्हायची वेळ आली होती. नाव काठाकाठानेच घेऊन आम्ही मुक्काम करायला चांगलीशी जागा पाहू लागलो. अखेर शेवटी तशी एक जागा आढळली. काठाला शुभ्र वाळूचा लहानसा पट्टा. पुढे किंचित उंचवटा आणि झाडे. कडेकडेने पसरलेली गर्द हिरव्या रंगाची हिरवळ. आम्ही मुक्कामाला हे स्थळ ठरवले. अर्थात या वनश्रीकडे आमचे फारसे लक्ष नव्हते. कारण आम्ही चांगलेच दमलो होतो आणि आम्हाला भूकही सडकून लागली होती.

नाव कडेला घेऊन तिचा दोर मोठ्या झाडाला घट्ट बांधला. मग जेवून घ्यावयाचा बेत करू लागलो. पण राजाने या बेतात मोडता घातला. आता अंधार पडू लागला आहे, तेव्हा शक्य तितक्या लवकर नावेला हूक ठोकून त्यावर तारा उभ्या करू. त्यावर कापड पसरून झोपायची सिद्धता आधी करून ठेवू या आणि मग निवांतपणे जेवायच्या उद्योगाला लागू या असे त्याचे म्हणणे पडले.

आम्हाला वाटले. ठीक आहे. पाच-दहा मिनिटांचे तर काम. काय हरकत आहे? करून टाकू या आधी. पण प्रत्यक्ष कामाला लागलो मात्र, एकेक अशा काही चमत्कारिक गोष्टी घडू लागल्या की विचारता सोय नाही. आम्हाला भलताच पश्चाताप झाला.

पहिल्यांदा हूक होडीला बसवण्यात आमचा तास अर्धा तास गेला. आधी हूक होडीच्या लाकडात नीट बसेचनात मुळी. कसेबसे बसवले लेकाचे. घट्ट बसवल्यावर मग ध्यानात आले की ते वाकडे बसलेले आहेत ते लवकर सरळ होईचनात. धड बाहेरही पुन्हा निघेनात. आम्ही दोघा दोघांनी मिळून ते बाहेर काढून घ्यायचा उद्योग करू लागलो तरी निघेनात. अंगातला सगळा जोर लावून ते ओढले तेव्हा ते एकदम निसटले आणि अशा वेगाने हातात आले की आम्ही दोघेही खाली पाण्यात धबेलदिशी आदळलो! नाका-तोंडात पाणी गेले. सगळे कपडे ओलेचिंब झाले आणि हातापायांना राड लागली. शेवटी तासाभराच्या खटाटोपानंतर हूक कसेबसे बसवले. मग तारांचे भेंडोळे बाहेर काढून त्या तारा वाकवून वर उभ्या करायच्या उद्योगाला लागलो. राजाने भेंडोळे उलगडायचे, बंडूने वाकवून माझ्याकडे द्यायचे आणि मी खाली हूकला या तारा अडकवायच्या अशी कामाची वाटणी ठरली. राजाने आपले काम चोख बजावले. पण बंडूला काही जमले नाही. त्याने सगळाच विचका करून टाकला.

बंडूने कसा काय उद्योग करून ठेवला देव जाणे. पण दहा मिनिटांच्या आत त्याने हे उलगडलेले भेंडोळे आपल्या अंगाभोवतीच गुंडाळून घेतले आणि त्या तारांच्या गुंतागुंतीत स्वारी अडकून बसली; झाले. ही गुंतागुंत त्याने स्वत:भावती इतक्या कौशल्याने करून घेतली होती म्हणता की वा! धडपड धडपड करून सुद्धा त्याला त्यातून बाहेर पडता येईना. या गडबड गोंधळात त्याने एकदम राजाच्याच अंगावर झेप घेऊन त्याला खाली पाडले. त्या तारांच्या गोंधळात तोही कुठे तरी सापडला आणि चांगलाच अडकून बसला. त्यालाही बाहेर निघता येईना.

हा सगळा प्रकार माझ्या नंतर ध्यानात आला. त्या वेळी मात्र बराच वेळ मला हा काय प्रकार चालू आहे हे कळलेच नाही. मी आहे तिथेच उभे राहावे आणि कापड माझ्याकडे येईपर्यंत थांबावे असे ठरले होते. म्हणून मी अन् मोत्या दोघेही नावेच्या दुसऱ्या बाजूला वाट पाहात मख्खपणे उभे होतो. तारांच्या गुंडाळीचा

सगळा गुंता झाला आणि त्यात हे दोघेही गडप झाले हे मला दिसले. पण ही त्यांच्या कामाची काही तरी विशेष पद्धत असावी असे वाटून मी तिकडे दुर्लक्ष केले. या गुंडाळ्यांतून बरीच आरडाओरड ऐकू आली तेव्हाही मला आपले वाटले की काम बरेच जिकिरीचे झालेले दिसते बरे का. सगळे नीटनेटके सुती लागेपर्यंत आपण असेच बाजूला उभे राहावे हे चांगले.

आम्ही बराच वेळ थांबलो. पण कुणीच त्या गुंडाळ्यातून बाहेर पडले नाही. शेवटी धडपड करीत राजाने आपले डोके तेवढे कसेबसे त्या गुंडाळ्याच्या बाहेर काढले आणि तो ओरडला,

''ए गाढवा! बघत काय उभा राहिला आहेस नुसता शुंभासारखा? आम्हाला सोडव ना यातनं. गुदमरून जीव जायची वेळ आली आमची इकडं अन् तू खुशाल तमाशा बघत उभा आहेस? नालायक माणूस!''

मदतीसाठी कुणी तोंड वेंगाडू लागले की मला अगदी राहवत नाही. मी ताबडतोब धावत गेलो आणि त्या दोघांना मोकळे केले. अगदी वेळेवरच गेलो म्हणानात. कारण बंडू तर अगदी डोळे पांढरे करून बेशुद्ध पडायच्या बेतास आला होता.

सगळे काही व्यवस्थित होऊन तारावर कापड पसरायला त्यानंतर आणखी एक तास लागला. मग आम्ही जेवायला बसलो.

आम्हाला चांगलीच भूक लागली होती.

जेवायला प्रारंभ केल्यावर सुमारे पस्तीस मिनिटे सर्वत्र विलक्षण शांतता पसरली होती. तोंडाचा मचमच आवाज ऐकू येई तेवढाच काय तो. पस्तीस मिनिटे अशी गाढ शांततेत गेल्यावर बंडूने 'अऽऽऽब' करून ढेकर दिली आणि आपले मांडी घातलेले आसन बदलले. अवघडलेला पाय जरासा मोकळा केला. त्यांनतर पाच मिनिटांनी राजाने 'अऽऽऽब' करून ढेकर दिली आणि आपली खरकटी ताटली बाजूला वाळूत टाकून दिली. दोन-तीन मिनिटांनी मोत्यानेही गुर्र्रर्र करून आपण तृप्त झाल्याचे जाहीर केले. एका बाजूला कलंडून त्यानेही पाय ताणले. मग मीही एक जोराची ढेकर दिली आणि एकदम डोके पाठीमागे झुकवून टेकवले. त्याबरोबर पाठीमागचा हूक धाडदिशी टाळक्याला लागला आणि चांगल्याच झिणझिण्या आल्या; पण पोट भरलेले असल्यामुळे मी ते सहन केले.

अहाहा! पोट भरलेले असले म्हणजे कसे उबदार आणि मजेदार वाटते म्हणून सांगू! स्वत:बद्दल आणि एकंदरीत जगाबद्दल समाधानाची, तृप्तीची भावना निर्माण होते. अनुभवी, ज्ञानी लोक सांगतात म्हणे की मन शुद्ध आणि निरामय झाले की माणूस सुखी होतो. आत्मानंदात डुंबू लागतो. पण हेच सुख आणि आत्मानंद पोट भरले म्हणजे देखील मिळतो की नाही पाहा! शिवाय हे काम तसे दगदगीचे नाही.

सहज करता येण्यासारखे. भरपूर आणि मनासारखे जेवण मिळाले की माणूस किती सद्‌गुणी बनून जातो! त्याच्या ठिकाणी कर्णाचे औदार्य उत्पन्न होते, पृथ्वीची क्षमाशीलता येते आणि एखाद्या ऋषिमुनीसारखे त्याचे अंत:करण कनवाळू होते.

आपल्या मानसिक सद्‌गुणांचा सबंध असा पचनेंद्रियाशी असतो. हे विधान वरकरणी दिसायला विचित्र दिसेल. पण एवढी तर गोष्ट खरी की पोट जोपर्यंत भरलेले नसते तोपर्यंत आपल्याला काम करता येत नाही, विचार करता येत नाही. आपल्या मनातल्या भावना, विचार, विकार या मागची प्रेरकशक्ती पोट हीच नव्हे काय? थोडीशी न्याहरी केली की हे पोट आपल्याला म्हणू लागते ''हं, ऊठ आता काम कर.'' जेवण झाले की बरोबर आतून आदेश येतो, ''झोपा मंडळी आता.'' फार काय, एक कपभर चहा ढोसला की हेच पोट आपल्या मेंदूला इशारा देऊ लागते, ''हां, ऊठा आता. काय तुझी शक्ती असेल ती दाखव पाहू. नीट घडाघडा बोला. गतायुष्याकडं निर्मळ दृष्टीनं पाहायला लाग. आपल्या विलक्षण कल्पनाशक्तीचे पंख पसर आणि या आकाशाच्या अवकाशातून तारकामंडळाला भेदून जात शाश्वताच्या महाद्वारापर्यंत झेप घे. एखाद्या देवदूताप्रमाणे भरारी घे!''

गोड पक्वान्नाचे जरासे जड जेवण झाले की, हेच बेटे आपल्याला सांगू लागते, ''सुस्त होऊन घटकाभर पड पाहू. अगदी रानातल्या वाघरासारखा पड. प्रेम, भय, जिवंतपणा या कुठल्याच गोष्टींचा ज्याच्या जाणिवेला स्पर्शही होत नाही, अशा एखाद्या बुद्धिहीन श्वापदासारखा डोळे मीट.''

खरोखर आपण आपल्या पोटाच्या किती आहारी गेलो आहोत बरे! या पोटाची सगळ्या देहावर सत्ता चालत असते. म्हणून मला तर नेहमी असे वाटते की नीती, सद्‌सद्‌विवेकबुद्धी असल्या गोष्टींच्या पाठीमागे माणसाने मुळीच लागू नये. आपल्या उदरभरणाकडे जितके कसोशीने लक्ष देता यईल, तितके त्याने द्यावे. मग पाहा तुमचे सगळे सद्‌गुण तुमच्या ठायी अवतीर्ण होतील. कसलाही खटाटोप न करता तुम्ही सद्‌गुणाचे मूर्तिमंत पुतळेच व्हाल! चांगले नागरिक व्हाल. प्रेमळ पती बनाल आणि कोमल पित्याचीही भूमिका तुम्हाला चांगली वठवता येईल.

आता हेच आमचे उदाहरण पाहा ना! जेवायच्यापूर्वी मी, राजा आणि बंडू यांच्यात किती वेळा बाचाबाची झाली असेल! आम्ही एकमेकांवर कितीदा संतापलो असू! पण जेवण झाले रे झाले की, आम्ही इतके शांत आणि सद्‌गुणी झालो म्हणता! आम्ही एकमेकांची तर स्तुती केलीच पण आमच्या मोत्याचीही वाखाणणी केली. आम्हाला एकमेकांबद्दल एकाएकी विलक्षण प्रेमाचा उमाळा आला. पण एकमेकांबद्दलच का? सगळ्या जगाविषयीच प्रेम वाटू लागले. इकडेतिकडे करीत असताना बंडू एकदम राजाच्या पायात पाय अडकून पडला आणि त्याच्या अंगावर कोसळला. हाच प्रकार जर जेवायच्या आधी घडला असता, तर राजाने अगदी

डोक्यात झिणझिण्या येतील अशा शिव्या बंडूला घातल्या असत्या. पण जेवणानंतर हा प्रकार घडल्यामुळे राजाने तिकडे दुर्लक्ष केले. उलट अगदी मवाळ शब्दांत तो बंडूला म्हणाला,

"हा, हा – सांभाळून रे बंड्या, पाय मुरगाळून घेशील एखाद्या वेळेस."

बंडूचा चेहरा या वेळी विलक्षण प्रेमळ झाला होता. त्याने दिलगिरी व्यक्त करणारा चेहरा केला आणि ओशाळून म्हटले,

"माफ कर हं राजा, खरं म्हणजे माझं चुकलंच ते. पण तुला कुठे लागलं नाही ना?"

"छे: छे:! तसं म्हटलं तर माझीच जरा चूक होती. मीच असं पाय पसरून बसायला नको होतं."

"नाही, नाही – माझ्याकडनंच खरं म्हणजे चुकलं."

या दोघांचा हा संवाद ऐकण्यात फार मौज होती.

जेवण झाल्यावर आम्ही सिगारेटी पेटवल्या, आरामशीर बसून गप्पा मारीत राहिलो. रात्रीच्या शांत, नि:स्तब्ध वातावरणाकडे पाहात राहिलो.

आमच्या गप्पात नाना विषय निघाले. आपण नेहमीच इतक्या प्रेमळपणाने का वागत नाही, याबद्दल राजाने आश्चर्य प्रकट केले. वासना, मोह यांनी बुजबुजलेल्या या जगापासून दूरदूर कोठेतरी जावे, शांतपणाने आयुष्य घालवावे, हातून नेहमी सत्कृत्ये घडत राहावीत असे राजाचे मत दिसले. मग मीही माझे विचार सांगितले. अशा प्रकारची गोष्ट घडावी ही तर माझ्या मनाला रात्रंदिवस तळमळ लागून राहिली आहे, असं मी सांगून टाकले, ही गोष्ट प्रत्यक्षात कितपत घडून येईल यासंबंधी मग आम्ही बराच वेळ चर्चा केली. या जगापासून दूर कोठे तरी एखाद्या छोट्याशा बेटावर, अरण्यात जाऊन आपण चौघांनीही निवांतपणे आयुष्याचा काळ कंठावा यावर आमचे सर्वांचे एकमत झाले. नाही म्हणायला बंडूने थोड्याशा शंका काढल्या. असल्या अरण्यात आपल्याला हव्या त्या गोष्टी मिळतील की नाही, अशी भीती त्याने व्यक्त केली. पण तसे काही होणार नाही असे राजाने आश्वासन दिले आणि मग कसलाच मतभेद राहिला नाही.

गप्पांच्या नादात रात्रीचे दहा वाजले तेव्हा आम्ही ही चर्चा बंद केली झोपायच्या तयारीला लागलो. दिवसभर खूप दमलो होतो. तेव्हा झोप कशी चट्दिशी येईल असे मला वाटले. पण झोप येता येईना. वास्तविक एरवी माझ्या बाबतीत असे कधी होत नाही. कपडे काढून उशीवर डोके टेकले की खलास. त्यानंतर कुणी तरी धडा धडा दार वाजवते आणि सकाळचे साडेआठ वाजल्याचे सांगते, तेव्हाच मी जागा व्हायचा. इतकी माझी झोप गाढ असते. पण त्या रात्री झोप काही लागता लागेना. नवे वातावरण, अंगाला रुतत असलेला नावेचा खडबडीत भाग, दाटीवाटीने

झोपल्यामुळे अवघडलेले शरीर, नावेभोवती सतत चाललेली पाण्याची लवथव आणि झाडांच्या फांद्यांमधून सळसळणारा वारा यांनी माझी झोप पार उडवली. मी अगदी अस्वस्थ होऊन गेलो.

झोपेची आराधना मी किती तरी वेळ करीत होतो. तास-दोन तास झोप लागली. नंतर एकाएकी पुन्हा जाग आली आणि डोळे पुन्हा काही मिटता मिटेनात. थोडा वेळ मात्र बरी झोप लागली. मध्येच चित्रविचित्र स्वप्नेही पडली... मी एक रुपया गिळून टाकला, कुणी तरी माझ्या पोटाला गिरमीट लावून तो रुपया बाहेर काढायचा प्रयत्न करू लागले. मला तो प्रकार अगदी सोसवेना. त्या लोकांना मी वारंवार ओरडून सांगू लागलो की अरे बाबा, मी तसला दुसरा रुपया तुला देतो. पण कृपा करून हा निदर्य प्रकार बंद कर. महिन्याअखेरीस मी नक्की दुसरा रुपया देऊन टाकीन. पण कुणी माझे ऐकेना. हा रुपया आत्ताच्या आत्ता बाहेर काढून आम्ही हस्तगत करणार, तसे आम्ही नाही केले तर फुकट त्या रुपयावरचे व्याज बुडेल असे ते मला सांगू लागले. मी त्यांचा कडाडून निषेध केला. प्रतिकार करण्याचा प्रयत्न केला. पण त्यांनी आपले गिरमिट अशा काही जोराने फिरवले की, मी एकदम किंकाळी मारली आणि....

– आणि एकदम जागा झालो!

पाहिले तो नाव लवथवत्या पाण्यावर हलकेच डुलत होती आणि माझे डोके विलक्षण दुखू लागले होते. रात्रीच्या थंड हवेत जरा पाय मोकळे करावे म्हणून मी नावेच्या बाहेर पडायचा विचार केला. जवळपास दिसले ते कपडे मी अंगावर चढवले. त्यातले काही माझे स्वत:चे होते, काही राजाचे किंवा बंडूचे होते. सापडले ते कपडे उचलले आणि अंगात घालून मी त्या कापडाखालून बाहेर आलो. नावेतून खाली वाळूत पाऊल ठेवले.

काठावर येऊन मी वर पाहात राहिलो.

रात्रीच्या उत्तर प्रहरातले ते वातावरण फार सुंदर होते. चंद्र निस्तेज होऊन क्षितिजाखाली बुडाला होता. आता माथ्यावर फक्त फिकट चांदण्या तेवढ्या क्षीणपणे लुकलुकताना दिसत होत्या. असे वाटत होते की, आम्ही – या धरित्रीमातेची मुले गाढ झोपी गेलो असताना, त्या नीरव शांततेत या तारका धरित्रीशी काहीतरी हितगूज करीत असाव्यात. या गोष्टी कसल्या बरे असतील? कदाचित काही अद्‌भुत आणि विलक्षण रहस्ये त्या पृथ्वीमातेला सांगत असतील काय? न जाणो, असतीलही. पण अशा घनगंभीर खोल स्वरात त्या हे सांगत असतील की, आम्हा मर्त्य लोकांच्या कानाला त्यांचा ध्वनी कदाचित ऐकूही येत नसेल.

या चांदण्या स्पष्ट, शांत आणि विलक्षण तेजाने चमचमणाऱ्या. भय आणि आदर या दोन्ही संमिश्र भावनांनी मन उचंबळून टाकणाऱ्या त्यांच्या भव्य अस्तित्वापुढे

आपले अस्तित्व किती क्षुद्र! लहान मुलांना देवबाप्पाची पूजा करायला शिकवलेले असते. पण मिणमिणत्या उजेडानं भरलेल्या देवाच्या गाभाऱ्यात जाऊन हे मूल उभे राहिले तर त्याला कसे वाटेल? या चांदण्याकडे पाहताना तसेच काहीतरी वाटत राहते. एखाद्या मंदिराच्या गाभाऱ्यात उभे राहिले की गाभाऱ्यात घुमणारा गंभीर नाद आपल्या कानावर पडतो. मिणमिणत्या अंधूक उजेडात झुलत राहिलेल्या सावल्यांचा खेळ डोळ्यांना दिसतो आणि मग काहीतरी भयप्रद, तरीही भव्य असे काहीतरी आपल्याला पाहायला मिळणार असे वाटत राहते. चांदण्यांनी भरलेल्या आकाशाकडे पाहताना असेच काहीतरी मनाला वाटते नाही का?

आणि तरीसुद्धा रात्रीचे हे अद्भुत वातावरण आपल्यात काही प्रेरणा निर्माण करीत असल्यासारखे वाटते. सुखाचे अमृतकुंभ घेऊन ते आपल्याकडे आल्याप्रमाणे दिसते. या रात्रीचे अस्तित्वच मुळी केवढे भव्य! या भव्य अस्तित्वापुढे आपली क्षुद्र दुःखे वितळतात. दुःख, काळजी, विवंचना यांनी दिवसा आपले मन पोखरून निघत असते. अडीअडचणी आणि व्यवहारातला कडवटपणा यांनी दिवसभर आपली मने मरगळून गेलेली असतात. या निष्ठुर जगातील अन्यायाचा अनुभव दिवसा आपण पदोपदी घेत असतो. पण मग दिवस संपतो आणि रात्र येते. नाना यातनांनी संत्रस्त झालेल्या आपल्या मस्तकावर अगदी अलगदपणे ती आपला वरदहस्त ठेवते. आसवांनी भिजलेली आपली तोंडे ती आपल्याकडे वळवते आणि हसते. तिच्या मुखातून एक अक्षरही बाहेर पडत नाही. पण तरीसुद्धा ज्या नैसर्गिक प्रेरणेने लहान मुलाला आपल्या आईचे मनोगत कळते, त्याच प्रेरणेने तिचेही मनोगत आपल्याला कळते. आसवांनी भिजलेला गाल तिच्या छातीशी लावून आपण तिच्या कुशीत शिरतो आणि मग सगळे दुःख, सगळ्या वेदना कुठल्या कुठे नाहीशा होऊन जातात.

काही वेळ आपली दुःखे फारफार मोठी असतात. खरी असतात. अशा वेळी आपण काही बोलत नाही. तिच्या समोर अगदी मूक होऊन उभे राहतो. कारण आपल्या दुःखांना शब्दांचा स्पर्शही सहन होत नाही. आपण नुसते मूकपणाने स्फुंदत राहतो. मग या निशादेवीचे अंतःकरण आपल्याविषयीच्या प्रेमाने आणि दयेने कसे भरून येते. आपले दुःख ती कमी करू शकत नाही. पण ती आपला हात स्वतःच्या हातात घेते. मग आपल्या खाली दूरदूर राहिलेले हे विश्व हलके हलके, लहान लहान होत जाते. तिच्या काळ्या पंखावर आपण आरूढ होतो. मग क्षणभरच पण अशा काही स्वर्गीय तेजोमय साम्राज्यात आपण जाऊन पोचतो की सगळे मानवी जीवन एखाद्या ग्रंथाप्रमाणे आपल्या समोर उलगडून उभे राहते. आपल्याला साक्षात्कार होतो की अरे, दुःख-दुःख, वेदना वेदना म्हणून ज्या गोष्टी आहेत त्या दुसरे-तिसरे काही नसून ईश्वराने या जगाला दिलेले अलभ्य वरदानच होय!

पण हा दिव्य प्रकाश कोणाला बरे दिसेल? 'संसार जाळुनी ठरलो कृतार्थ' असे म्हणणाऱ्या त्या देहूच्या वाण्याप्रमाणे ज्याने यातनांचा समुद्र ओलांडला आहे, दुःख आणि हालअपेष्टा यांचाच काटेरी मुकूट ज्यांच्या भव्य मस्तकावर शोभत आहे, त्यांनाच हा दिव्य प्रकाश दिसेल. तो ज्यांना दिसला ते पुरुष धन्य होत. असे पुरुष हा प्रकाश पाहून जगाकडे परत फिरतीलही. पण त्यासंबंधी कदाचित ते काही बोलणारही नाहीत. त्यातील रहस्य न जाणो, तुम्हाला सांगणारही नाहीत! आणि यदाकदाचित कधीकाळी बोललेच तर? तर काय सांगतील? असे सांगतील नव्हे काय की दुःख आणि यातना हीही एक ईश्वरी कृपाच आहे?

□

दहा

सकाळी सहा वाजता जागा झालो. बघितले तो राजाही जागा झाला होता. आम्ही दोघांनीही कूस बदलून पुन्हा झोप घेण्याचा प्रयत्न केला. पण झोप एकदा गेली ती गेलीच. खरे म्हणजे लवकर उठायची काही गरज नव्हती. कसलेही काम खोळंबले नव्हते. आणखी दोन तास जरी झोपून राहिलो असतो तरी आम्हाला कोण विचारणार होते? पण बाहेर इतके स्वच्छ उजाडले होते की, आणखी पाच मिनिटे झोपणेसुद्धा शक्य नव्हते, एकदा जाग आली ती आलीच.

उठून बसलो. आळसटपणे बसून राहिलो.

राजाने मला वर्षा-दीड वर्षांपूर्वी घडलेली एक गंमत मोठी खुलवून खुलवून सांगितली. ती ऐकून मला फार हसू आले.

म्हणजे गंमत अशी झाली होती की, राजा गेला होता त्या वेळी पुण्याला आपल्या मावशीकडे, उगीच आपले मजेने चार दिवस. एके दिवशी संध्याकाळी गावात भटकून स्वारी घरी परत आली. त्या वेळी हातावरचे घड्याळ केव्हातरी बिघडले अन् सातलाच बंद पडले. रात्री घड्याळाकडे बघायचे कारण पडले नाही. त्यामुळे घड्याळ बंद पडले आहे हे त्याच्या ध्यानातही आले नाही. रात्री स्वारी किल्ली द्यायलाही विसरली. झोपताना घड्याळ उशीखाली ठेवले आणि झोपली स्वारी.

आधीच थंडीचे दिवस. त्यातून पुण्याला त्या वेळी थंडीही कडाक्याची पडली होती. लॉ कॉलेजच्या बाजूला – जिथे मावशी घर होते – तिकडे तर सकाळी आठ वाजेपर्यंत दाट धुके असायचे. लवकर उठून गावात जायचे होते, म्हणून राजा भल्या पहाटेच धसक्याने जागा झाला. बाहेर अंधार होता. धुकेही दाट होते. त्यामुळे नेमके किती वाजले असावे, हे काही कळले नाही. घड्याळ उचलून पाहिले तर सात वाजलेले!

"शाब्बास! सात वाजले?" राजा ओरडला. "आठला मला गावात जायचंय अन् आताच सात झाले. आता दाढी, अंघोळ केव्हा होणार, कपडे केव्हा घालणार अन् गावात कव्हा पोचणार मी? 'छ्या: छ्या:! भलताच उशीर झाला बुवा. कुणी मला उठवलं कसं नाही? –"

हातातले घड्याळ राजाने तसेच अंथरुणावर फेकून दिले. अंथरुणातून न्हाणीघरात धाव घेतली. प्रातर्विधी आटोपून दाढी केली. पाणी तापायला वेळ लागेल म्हणून भराभर बाहेर हौदावर जाऊन गार पाण्याच्या बादल्या टाळक्यावर ओतून घेतल्या. मग घाईघाईने कपडे घालून तो खोलीच्या बाहेर आला. पुन्हा एकदा घड्याळाकडे पाहिले.

काय गंमत असेल ती असो, राजाने फेकून दिल्यामुळे म्हणा किंवा दुसऱ्या काही कारणामुळे म्हणा, पण घड्याळ पुन्हा चालू झाले होते. आता आठला पंधरा मिनिटे कमी होती.

खोलीचे दार ओढून घेऊन राजा पुढच्या दिवाणखान्यात आला. बघतो तो सगळीकडे गुडुप अंधार आणि सामसूम. एक चिटपाखरू उठले नव्हते. सगळे डाराडूर झोपलेले. राजा म्हणाला, "काय सांगू? मला अशी चीड आली म्हणतोस! अरे! सकाळचे आठ-आठ वाजले तरी खुशाल झोपलेत सगळे म्हणजे काय? ते काही नाही. आता परत आलो की मावशीला खडसावून विचारले पाहिजे. ही कसली शिस्त तुझ्या घरातली?"

दरवाजाही बंदच होता. पण कसाबसा तो उघडून राजा लगबगीने बाहेर पडला.

उशीर झाला म्हणून पाहिले फर्लांग-दोन फर्लांग राजा धावत पळतच निघाला होता. पण जसजसा तो जिमखान्याकडे येऊ लागला तसतसे वातावरण काही निराळेच वाटू लागले. रस्त्यावर अक्षरशः चिटपाखरू सुद्धा नव्हते. कुणीही हिंडत नव्हते, फिरत नव्हते. रस्ते सगळे निर्मनुष्य होते. फार काय, एकाही बंगल्यात कुठे हालचाल दिसत नव्हती. दिवाही लागलेला नव्हता. सगळीकडे दाट अंधार आणि धुके भरून राहिले होते. थंडी तर अंगाला विलक्षण झोंबत होती. या सगळ्या गोष्टी खऱ्या; पण म्हणून काय झाले? आठ-आठ वाजायला आले तरी लोकांनी उठू नये, आळशासारखे अंथरुणात घोरत पडावे म्हणजे काय? – राजाला आश्चर्य वाटले.

चालत चालत राजा जिमखान्यापर्यंत येऊन पोचला. तिथेही सगळा हाच प्रकार. एक दुकान उघडे नव्हते की एक माणूस इकडचा तिकडे जात नव्हता. एकही बस सुरू झालेली नव्हती. नाही म्हणायला राजाला तीन लोक भेटले. काठी आपटत आपटत चाललेले दोन गुरखे आणि एक पोलीस. राजाने डोळे चोळून पुन्हा एकदा मनगटावरच्या घड्याळात पाहिले. बरोबर आठ. बापरे! आठ!... तरी इतका अंधार अन् सामसूम! काय हे पुण्याचे लोक आहेत बुवा!

जागीच थांबून राजाने आपली नाडी एकदा चाचपली. खाली वाकून पायाकडे पाहिले. मग घड्याळाकडे तसेच आश्चर्याने बघत तो त्या गस्तवाल्या पोलिसाकडे गेला. किती वाजले म्हणून त्याच्याजवळ चौकशी केली.

"किती वाजले!" राजाकडे वरपासून खालपर्यंत संशयाने पाहात पोलीसदादा म्हणाले, "आँ? हे बघा, या माडीतनं आत्ता ठोके ऐकू येतील. नीट ऐका."

राजा कान देऊन ऐकत उभा राहिला. जवळच्या माडीतल्या घड्याळाचे ठोके त्याने स्वच्छ ऐकले.

"त-तीनच ठोके पडले की हो!" राजा आश्चर्य चकित मुद्रेने म्हणाला.

"मग? किती ठोके पडायला पाहिजे होते महाराज?" पोलीसदादांनी विचारले.

"म्हणजे काय? आठ पडायला पाहिजे होते ना चांगले. हे पाहा –" राजाने आपले घड्याळ पुढे केले.

त्याबरोबर पोलीसअण्णांनी राजाला चांगलेच छेडले.

"कुठं राहता साहेब तुम्ही?"

राजाने थोडासा विचार करून नीट पत्ता सांगितला. "असं काय? हाच नाही का तुमचा पत्ता? मग असं करा तुम्ही, मिस्टर – माझं ऐका मुकाट्यानं घरी पळा पाहू. अन् हे तुमचं घड्याळही घेऊन चला बरोबर. हूं! चला –"

मनाशी आश्चर्य करीत राजा मुकाट्यानं तंगडतोड करून घरी परत आला. पुन्हा बंगल्यात शिरला.

आपल्या खोलीत आल्यावर पहिल्यांदा त्याला वाटले की कपडे काढावेत आणि सरळ पुन्हा झोपावे. पण पुन्हा उठायचे, तोंड धुवायचे, परत अंघोळ करून कपडे घालायचे – छट्! झोपेचा कार्यक्रम आता नकोच. असेच आरामखुर्चीवर पडावे. पडल्यापडल्या डोळे मिटून जो डुलकी लागेल ती लागेल.

पण आरामखुर्चीवर पडूनही डुलकी येईना. सारखे काहीतरी चमत्कारिक वाटू लागले. मग उठून दिवा लागला. पत्ते काढून घटकाभर पेशन्सचा डाव खेळून पाहिला. पण कुठेच मन लागेना. वेळ काही जाता जाईना. शेवटी पत्ते फेकून दिले, कुठले तरी पुस्तक काढून ते वाचण्याचा प्रयत्न केला. पण त्यातही लक्ष लागेना. अखेर तो इतका कंटाळला की, पुन्हा एकदा कोट अंगात चढवून फिरायला म्हणून घराबाहेर पडला.

बाहेर जिकडेतिकडे विलक्षण शुकशुकाट होता. वाटेत राजाला ठिकठिकाणी पोलीस भेटले आणि ते सगळे त्याच्याकडे संशयाने पाहू लागले. हातातल्या बॅटऱ्यांचा उजेड त्याच्या तोंडावर पाडून न्याहाळून न्याहाळून पाहू लागले. त्याच्या पाठीमागून मुकाट्याने येऊ लागले. याचा परिणाम असा झाला की आपण काहीतरी चमत्कारिक गोष्ट केली आहे, असे राजाला वाटू लागले. मग त्याने मोठ्या रस्त्याने

जायचे बंदच केले. लहान लहान वाटांनी, गल्लीबोळांनी तो हिंडू लागला. पोलिसांचा चपलांचा खाडखाड आवाज ऐकू आला की गुपचूप अंधारात उभा राहू लागला. अर्थात त्यामुळे त्याच्यावरचा संशय जास्तीच वाढला. अंधारात येऊन पोलीस त्याचा पिच्छा पुरवू लागले. ''इथे उभा राहून काय उद्योग करतो आहेस?'' असे दरडावून विचारू लागले. राजाने अर्थातच समाधानकारक उत्तर न दिल्यामुळे त्यांचा संशय जास्तीच बळावला. मग साध्या पोशाखातले पोलीस घरापर्यंत त्याच्याबरोबर आले. सांगितलेल्या ठिकाणी हा राहतो याची त्यांनी खात्री करून घेतली, दार उघडून राजा निमूटपणे बंगल्यात शिरेपर्यंत ते त्याच्या बरोबर होते. राजा आत गेल्यावरही हे दोघेजण बराच वेळ बंगल्याभोवती टेहेळणी करीत उभेच होते.

आत शिरल्यावर राजाला वाटले की, आता असेच स्वंयपाकघरात जावे आणि चहा करून प्यावा म्हणजे तेवढाच वेळ जाईल. पण स्वयंपाकघरात जाऊनही त्याला स्टोव्ह सापडेना. स्टोव्ह सापडला तरी काकडा दिसेना. स्पिरिटची बाटलीही कुठे दिसेना. कपाटे उघडून चहासाखरेचे डबे हुडकावेत असे क्षणभर राजाचा मनात येऊन गेले. पण पुन्हा त्याची त्यालाच भीती वाटली. न जाणो, हातातला एखादा डबा पडला आणि धाड्‌दिशी आवाज झाला म्हणजे मग? मावशी एकदम घाबरून उठेल. तिला वाटेल की स्वयंपाकघरात कुणी चोरच शिरला आहे. ती मोठ्यांदा ओरडू लागेल. मग काय? हे बाहेरचे पोलीस तेवढेच निमित्त उचलून बेलाशक आत घुसतील आणि आपल्याला हातकड्याच घालतील. चांगले मिरवीत मिरवीत फरासखान्यात नेतील.

आतापर्यंत घडलेल्या प्रकारामुळे राजा आधीच हबकला होता. त्यातून पोलीस म्हटल्यावर तर तो गांगरूनच गेला. त्याला पुढचे सगळे मरण दिसू लागले. कोर्टात आपली चौकशी सुरू आहे. आपण जीव तोडून सगळ्यांना सांगतो आहोत की अहो, मी सभ्य माणूस आहे; मी काहीसुद्धा केलेले नाही. पण एकाचाही आपल्या बोलण्यावर विश्वास बसत नाही. आपल्याला वीस वर्षे सक्तमजुरीची शिक्षा होते....

छट्! नकोच ते चहा पिणे....

राजाला दरदरून घाम फुटला. कोटावरून दोन्ही हात छातीभोवती बांधून स्वारी एका आरामखुर्चीवर स्वस्थ पडून राहिली. मावशी आणि घरातली माणसे उठेपर्यंत अगदी शांतपणे पडून राहिली.

इतकी सगळी हकिकत मला सांगून राजा म्हणाला,

''छ्या: बुवा! तेव्हापासून कानाला खडा अगदी. सकाळी लवकर म्हणून कधी उठायचं नाही. अगदी दगडावरची रेघ.''

राजा आपल्या आयुष्यातला हा रोमहर्षक अनुभव मला सांगत होता आणि मी

अंगाभोवती चादर गुंडाळून घेऊन मोठ्या एकाग्रतेने ऐकत होतो. राजाची गोष्ट सांगून संपली. मग मी बंडूला उठवण्याच्या उद्योगाला लागलो. बंडू अजून पालथे तोंड करून झोपला होता. हातात वल्हे घेऊन मी त्याला ढोसायला सुरुवात केली. वल्ह्याचा तिसऱ्यांदा दणका ठेवून दिला तेव्हा थोडासा उपयोग झाला. अं... अं करीत तो एका कुशीला वळला.

म्हणाला, ''आं?... हां हां. आलोच एक मिनिटात. एवढी बुटाची लेस बांधतो अन् आलोच.''

मी त्याला आणखी एक फटका ठेवून दिला.

''अहो महाराज, आपण घरी नाहीत. नावेत झोपला आहात नावेत. उठा आता.''

मग मात्र तो उठून बसला. मोत्या त्याच्या पाठीवर डोके ठेवून पसरला होता. त्यालाही त्याने 'हाड्, हाड्' करून बाजूला ढकलले.

पडद्याचे कापड वर सारून आम्ही सगळ्यांनीच डोकी बाहेर काढली आणि नदीच्या पात्राकडे पाहिले. पाण्याकडे पाहून अंगावर काटाच आला. रात्री झोपायच्या आधी असे ठरले होते की, भल्या पहाटे उठायचे आणि अंगावरचे कपडे काढून ताड्कन नदीत उड्या ठोकायच्या. चांगले झकास पोहायचे. आता सकाळ उजाडली होती, पण पोहण्याचा उत्साह कुणाच्याच तोंडावर दिसत नव्हता. पाणी भलतेच गार होते. वाराही गार सुटला होता. थंडी वाजत होती.

बंडूने इकडेतिकडे पाहून विचारले,

''हां, मग? कोण उडी ठोकणार पहिल्यांदा?''

कुणीच काही बोलले नाही. राजा मुकाट्याने पाठीमागे वळला. पडद्याच्या आत शिरून त्याने अंगावर चादर ओढून घेतलीसुद्धा. मोत्याने तर गळाच काढला. बंडूने पहिल्यांदा 'हां... हूं' केले. पण नंतर, 'छे: बुवा! पोहल्यावर परत नावेत चढायची सोय नाही नीट!' असा अभिप्राय देऊन तोही माघारी फिरला.

सगळ्यांनी असा दगा दिला तरी मी हटलो नव्हतो. पोहायचे हे नक्की पण पाण्यात एकदम धबकदिशी उडी टाकायची हे नाही आपल्याला पसंत. न जाणो, कुठे शेवाळ असते, गाळ असतो. उगीच धोका पत्करा कशाला? नाही का? त्यापेक्षा सरळ काठावर जावे आणि अंगावर थोडेसे पाणी घ्यावे.

असा विचार करून मी टॉवेल खांद्यावर टाकला आणि काठाकडे निघालो. पाण्यामध्ये झाडाची एक फांदी छानशी बुडाली होती. तिच्यावर पाय देत निघालो.

गारठा चांगला होता. गार वारे तर एखाद्या सुरीसारखे अंग कापत होते. वाटले, अंगावर थोडेसे पाणी घ्यावे असा विचार आपण केला खरा, पण या हवेत कशाला हा हट्ट? सरळ पाठीमागे वळून नावेत जावे आणि कपडे घालावे हेच बरे.

पण मी मागे वळलो मात्र –

त्या दगलबाज फांदीने एकदम कडकडकड असा आवाज केला आणि काय झाले, काय नाही हे कळायच्या आतच मी आणि टॉवेल दोघेही नदीच्या पात्रात गडप होऊन गेलो!

अर्धा मिनिटात धडपड करीत मी डोके पाण्याबाहेर काढले. बघितले तो मी पाण्याच्या ऐन धारेतच आलो होतो आणि पोटात निदान एक शेरभर तरी पाणी गेलेले होते.

वर येताक्षणीच पहिल्यांदा जे ऐकू आले ते बंडूचे ओरडणे.

"बापरे! राजा, अरे बाळू उतरला की पाण्यात. मला वाटलं नव्हतं बाळू असलं धाडस करील म्हणून."

त्यावर राजाने विचारलेले ऐकू आले,

"पण सुखरूप आहे ना स्वारी?"

"काय रे? कसं काय?"

"अहाहा? काय सांगू?" मी म्हटले. "लेको, तुम्ही अगदी नतद्रष्ट, कर्मदरिद्री लोक. हॅट्! अशी मजा आहे! बघा तर खरी गंमत, हं... ठोका उडी, काय पहिल्यांदा थोडा अंगावर काटा येईल तेवढाच. पुढं मजाच मजा."

पण माझ्या बोलण्याचा काही उपयोग झाला नाही. दोघांचेही समाधान झाले नाही. कपडे तर एकानेही काढले नाहीत.

पोहून नावेत वर चढलो तेव्हा भलताच काकडून गेलो होतो. दातांवर दात आपटीत, हुऽ हुऽ हुऽ हुऽ करीत मी सदरा घ्यायला गेलो आणि तोल जाऊन पुन्हा एकदा पाण्यात पडलो. मला आधीच चिडल्यासारखे झाले होते, त्यातून राजा उगीचच दात काढून हसू लागला. हसायला काय झाले म्हणून विचारले तर राजा आणखीनच मोठ्यांदा खिदळू लागला.

मला बुवा चीडच आली. ओरडून ओरडून त्याला बजावले की, तू म्हणजे एक गाढव, महामूर्ख, अक्कलशून्य असा ठोंब्या आहेस. पण त्याला गाढवाला या शिव्याचे काही वाटले नाही. फी: फी: करून तो पहिल्यापेक्षा जोराने हसू लागला.

पाण्यात पडलेला सदरा घेऊन मी परत नावेत चढत होतो. एकदम माझ्या ध्यानात आले की हा सदरा आपला नव्हे. चुकून राजाचाच सदरा आपण उचलला. मग एकदा राजाकडे, एकदा त्याच्या सदऱ्याकडे आळीपाळीने पाहू लागलो. मलाही गंमत वाटू लागली. हळूहळू मीही हसू लागलो. शेवटी तर मला अगदी हसे आवरेनासे झाले. इतके की हसण्याच्या नादात मी तो सदरा पुन्हा पाण्यात सोडून दिला.

"ही: ही:! तो माझा शर्ट नाहीच मुळी!"

"आँ! मग?"

"तुझाच शर्ट आहे. हः हाः"

हे ऐकल्यावर राजाचा चेहरा असा झपाट्याने बदलला म्हणता, की बापरे! तसा प्रकार मी जन्मात कधी पाहिला नव्हता.

"काय?" ओरडून म्हणाला, "गाढव, मूर्ख, नीच! सदरा नीट धरून ठेवायला तुला काय झालं होतं? अन् कपडेच बदलायचे होते तुला तर गद्ध्या, काठावर का धडपडला नाहीस? नालायक माणूस –"

आणि पाण्यात उडी टाकून धडपडत जाऊन त्याने सदरा परत आणला.

मी परोपरीने त्याची समजूत घालण्याचा प्रयत्न केला. झालेल्या प्रकारातील गमतीकडे लक्ष दे म्हणून सांगितले. पण तो काही केल्या ऐकेना. त्याचा पारा चढला तो चढलाच. राजाचे डोके जरा चमत्कारिकच आहे. काही वेळेला त्याला विनोद कळतच नाही.

आमचे हे सगळे होईपर्यंत बंडूच्या डोक्यात काही निराळेच चालले होते. सकाळच्या न्याहरीला थालीपीठ केले, तर किती मजा येईल याचे त्याने रसभरित वर्णन केले. पण थालीपीठ करणार कोण असे आम्ही विचारले तेव्हा तो म्हणाला, "वा! म्हणजे काय? अर्थात मी. माझा अगदी हातखंडा जिन्नस हा –"

बंडूच्या एकंदर बोलण्यावरून आम्हाला एवढाच बोध झाला की, बंडूने हा जिन्नस अनेक वेळा केला आहे. थालपीठं तो अगदी उत्तम करतो. ज्याने ज्याने म्हणून बंडूच्या हातचे थालीपीठ खाल्लं त्याच्या त्याच्या तोंडात अजून त्याची चव आहे. बंडूच्या हातचे थालीपीठ खायला मिळत असेल, तर लोक जीव टाकायला तयार होतात.

बंडूने आपल्या सुग्रणपणाचे इतके वर्णन चालवले तेव्हा आमच्या तोंडाला पाणी सुटले. आम्ही मुकाट्याने त्याला स्टोव्ह काढून दिला. तवा दिला. पीठ दिले. सगळी तयारी करून ठेवून आम्ही त्याला नम्रतापूर्वक विनंती केली की, बाबारे काय वाटेल ते कर. पण तुझ्या हातचे थालीपीठ आमच्या पोटात जाऊ दे.

बंडू थालीपीठ करायच्या तयारीला लागला खरा; पण काय असेल ते असो, पीठ मळण्यापासून त्याचे काहीतरी बिघडलेले दिसले. पहिल्यांदा ते भलतेच घट्ट झाले. नंतर पाणी घातले तेव्हा त्याचे एकदम प्रवाही पदार्थात रूपांतर झाले. पुन्हा थोडं पीठ घाल, पुन्हा पाणी घाल असा काहीतरी उद्योग करून त्याने अखेरीस त्याचा गोळा केला. थापटून थापटून त्याची थालीपीठेही तयार केली. पण ती तव्यावर टाकण्याचा व्याप त्याला तितकासा जमतो आहे असे आम्हाला दिसेना. तव्याला हात लावला की बोटं झाडीत तो मागे घेई. मग कुणाला तरी उगीचच शिव्या घालीत तो स्टोव्हच्या भोवती नाचे. पहिल्या पहिल्यांदा आम्हाला नीटसे

कळले नाही. आम्हाला वाटले की, थालीपीठ तयार करताना असा काहीतरी प्रकार करण्याची चाल असावी. थालीपीठे आम्ही कधी खाल्ली नव्हती असे नाही; पण बंडूचे थालीपीठ काही विशेष होते. तेव्हा ती करण्याची रीतही काही वेगळीच असावी, असे आम्हाला खात्रीपूर्वक वाटले. मध्ये मोत्यानेही एकदा तव्याला तोंड लावले आणि नाकाने हुंगून पाहिले. पण त्यालाही असा जोरदार चटका बसला की तोही ओरडू लागला आणि नाचू लागला. एकंदरीत थालीपीठ करण्याचा हा प्रयोग आम्हाला फारच सुरस आणि मनोरंजक वाटला. तो संपला तेव्हा आम्हाला खरोखरच फार वाईट वाटले.

जो पदार्थ तयार व्हावा अशी आमची अपेक्षा होती तसा तो काही झालेला दिसला नाही. पाणी आणि पीठ यांचे योग्य प्रमाण साधण्याच्या भरात मुळात त्या पदार्थांची बरीच नासाडी झाली होती. राहिलेल्यांतून थालीपीठसारखे दिसणारे दोन तुकडे तव्यातून निघाले. त्यांचा आकार आणि रंग बघूनच आमची भूक खलास झाली.

ते दोन तुकडे हातात घेऊन बंडू म्हणाला, ''हा लेकाचा तवा चांगला नव्हता रे. अहा! तवा जर झकास असता ना, तर थालीपीठं अशी फर्मास झाली असती म्हणून सांगू! अन् पीठही जरा –''

आम्ही त्याचे समाधान केले. झाली गोष्ट होऊन गेली; आता चांगला तवा आणि पीठ मिळाले तरच याच्या भानगडीत पड, तोपर्यंत अजिबात याच्या वाटेला जाऊ नकोस, असे आम्ही त्याला आर्जवपूर्वक सांगितले आणि त्यानेही ती गोष्ट मान्य केली

आमचे खाणे आटोपेपर्यंत उन्हे बरीच वर आली होती. भणाभणा वाहणारे गार वारे आता बंद झाले होते. वातावरणात सकाळीच प्रसन्नता भरून राहिली होती. सृष्टीचे असे काही निर्मळ, रमणीय रूप सगळीकडे दिसत होते की, आम्ही कुणी विसाव्या शतकातली माणसे आहोत हे, आम्हालाही खरे वाटत नव्हते. सकाळच्या कोवळ्या उनाचा तवंग नदीच्या संथ पाण्यावर लहरत होता आणि त्या विलक्षण दृश्याने भारून जाऊन, जुन्या गोष्टी आठवीत आम्ही नि:स्तब्धपणे बसून राहिलो होतो.

□

अकरा

नदीच्या काठाला बसून आम्ही किती तरी वेळ जुन्या गोष्टी आठवीत बसलो होतो. किती वेळ गेला हे कळलेही नाही. राजाने ओरडून हाक मारली आणि खरकटी भांडी विसळायची तशीच राहिली आहेत, याची आठवण करून दिली. त्यामुळे मी एकदम भानावर आलो. नावेत परत येऊन तवा-बिवा घासला. चांगला स्वच्छ घासून विसळला आणि शेवटी राजाच्या ओल्या सदऱ्याने पुसून लखखलीत करून ठेवून दिला.

थोड्या वेळाने आम्ही आवराआवर केली. मग नदीच्या काठाकाठने पुढे निघालो.

नदीकाठचा पुढचा भाग फारच शोभिवंत होता. दोन्ही काठांनी गर्द झाडी लांबपर्यंत पसरली होती. त्यातून वेडीवाकडी वळणे घेत जाणारी आणि तरीही नदीच्या पात्राशी समांतर राहणारी पायवाट सारखी डोळ्यांत भरत होती. कुठे कुठे लांब अंतरावर झोपड्या होत्या. काही काठाला लागून किंचित वर तर काही थोड्याशा आत. इथून खाली जवळच कुठलेसे गाव होते. सारसगाव किंवा असेच काही तरी. बंडूने त्याचे नाव सांगितले. या गावाजवळ केळी, संत्री, मोसंबीच्या बागा आहेत, असे काही तरी बंडू बराच वेळ बोलत होता. पण आम्ही त्याच्या बोलण्याकडे दुर्लक्ष केले.

पहिली दोन-तीन वळणे पार केल्यावर कडेची गर्द झाली आणि हिरवळ यांचे वैभव थोडेसे कमी झाले. पुढचा प्रदेश थोडासा रुक्ष वाटला. सारसगाव येईपर्यंत सपाट मैदान आणि दोन्ही काठ उघडे बोडकेच आढळले. पण गाव जवळ आले तसतसे दोन्ही काठ पुन्हा झाडीने नटले. दोन्ही कडेने पाचूच्या रंगाची मखमखली हिरवळ, मध्ये नदीचा स्वच्छ, निळा प्रवाह. गाव फार सुंदर ठिकाणी वसले होते!

माझ्या मनात एकाएकी विचार आला. या ठिकाणी एक दिवसभर मुक्काम केला तर? काय हरकत आहे? रात्री गावातच कोठे तरी राहावे. दुसऱ्या दिवशी पुढे हलावे.

पण ही कल्पना बंडूला आणि राजाला सांगितली तेव्हा ती त्यांना फारशी पटली नाही. विशेषत: रात्री गावात राहण्याचा बेत तर राजाला अजिबात पसंत नाही असे दिसले. तो मला म्हणाला,

"का? पुन्हा फजिती करून घ्यायची इच्छा आहे वाटतं?"

"फजिती? कसली बुवा?" न समजून मी विचारले.

"शाब्बास! आपली महाबळेश्वरची सहल तुला आठवत नाही अं?"

"अरे हो! आता आलं लक्षात."

महाबळेश्वरची सहल म्हटल्यावर माझ्या डोळ्यासमोर मागचा सगळा प्रसंग खडान् खडा उभा राहिला!

उन्हाळ्याच्या सुट्टीत एकदा आम्ही चैनीने महाबळेश्वरला गेलो होतो. तिथे उतरलो तेव्हा खूप दमलो होतो. भूकही सडकून लागली होती. म्हणून बॅगा, वळकट्या, पिशव्या हे सगळे लटांबर हातात बाळगून आम्ही थेट पहिल्यांदा हॉटेलच्याच शोधात निघालो. पहिले हॉटेल दिसले. बरे होते पण तिच्यावर गारवेल सोडलेले नव्हते. म्हणून मला ते हॉटेल बिलकूल आवडले नाही. 'महाबळेश्वरातील हॉटेलची इमारत अन् तिच्यावर गारवेल नाहीत म्हणजे काय?' कपाळाला आठ्या घालून पुढे गेलो. दुसरे हॉटेल पाहिले. हे हॉटेल झकास होते. भिंतीवर हिरवेगार वेलही बहरलेले होते. मला ते एकदम पसंत पडले. पण बंडूने या खेपेस नाक मुरडले. त्याचे एकंदरीत म्हणणे असे होते की तिथे दरवाजापाशी जो माणूस उभा होता त्याची बघण्याची तऱ्हा काही आपल्याला आवडली नाही. शिवाय त्याच्या डोक्याला टक्कलही आहे. अशा हॉटेलात उतरण्यात कसली आली आहे गंमत?

तिथून निघून आम्ही बराच वेळ पुढे चाललो, तरी तिसरे हॉटेल काही लागले नाही. वाटेत भेटलेल्या एका माणसाला विचारले तेव्हा त्याने त्याच दोन हॉटेलची नावे सांगितली. तिसरे हॉटेल जवळपास नाही हे ऐकल्यावर आमची निराशा झाली. राजाने तर निक्षून सांगितले की, कसलेही हॉटेल असो, मी तिथे राहणारच. तुम्हाला कुठे धडपडायचे असेल तिथे धडपडा.

आमच्या सौंदर्यसृष्टीची राजाने काहीच बूज राखू नये याचे आम्हाला फार दु:ख झाले. त्याची कीव करीत आम्ही पहिल्या दोन्ही ठिकाणाकडे परत आलो.

कसेबसे सामान संभाळीत आम्ही पहिल्या हॉटेलात आलो. हुश्श करून सामान बाहेरच्या व्हरांड्यात टाकले. तेवढ्यात तिथला मालक आणि मॅनेजर कुणीतरी पुढे आला.

"काय पाहिजे?"

"आम्हाला एक स्वतंत्र खोली पाहिजे. तीन कॉटस. बस्स!"

"माफ करा बुवा" तो म्हणाला, "तशी जागा नाही आमच्याकडे."

"दोन कॉटस्‌ची खोली असली तरी चालेल." राजा म्हणाला, "आमच्यातले कुणी तरी कॉटवर झोपतील. काय रे?"

आम्ही दोघांनीही माना हलवल्या. राजाला वाटले आम्ही दोघे म्हणजे मी अन् बंडू – एका कॉटवर झोपू. बंडूला वाटले की मी आणि राजा ते काम सहज करू शकू. माझे मत थोडेसे निराळे होते. बंडू आणि राजा हे दोघे एका कॉटवर व्यवस्थित झोपतील असे मला वाटले.

पण त्या माणसाच्या पुढच्या बोलण्याने आमच्या सगळ्याच आशा धुळीला मिळाल्या. मान हलवून तो म्हणाला,

"छे: छे:! आमच्याकडे सध्या जागाच नाही. सिंगल रूममध्येच आम्ही दोन-दोन, तीन-तीन माणसं भरलीत. व्हरांडा, औटहौस यात देखील गेस्ट भरलेत. आता बोला!"

खाली ठेवलेले सामान उचलून मुकाट्याने आम्ही दुसऱ्या हॉटेलकडे आलो. हे हॉटेल आता फारच छान वाटले. आता तिथल्या माणसाची दृष्टी जरा तऱ्हेवाईक होती आणि त्याच्या डोक्याला टक्कलही होते ही गोष्ट खरी; पण असेना. डोक्याला टक्कल पडले तर त्या बिचाऱ्याचा ह्यात काय दोष? बंडूनं तर छातीला हात लावून सांगितले की, हा माणूस स्वभावाने मोठा नामी असला पाहिजे.

पण नामी स्वभावाच्या त्या माणसाने आत जाताक्षणीच आम्हाला सुनावले की जागा नाही. कृपा करून बिलकूल भीड घालू नका निष्कारण माझा वेळही घेऊ नका.

आता मात्र आमच्या डोळ्यासमोर काजवे चमकले. गयावया करून आम्ही म्हटले,

"निदान दुसरीकडं कुठं सोय होण्यासारखी असली तरी सांगा. आजच्या रात्रीपुरतं टेकायला मिळालं तरी पुरे."

त्या माणसाने आपले टक्कल पडलेले डोके खाजवून जरा विचार केला.

"जागा झोपण्यापुरती – नक्की नाही सांगता यायचं मला. पण चौकशी करा. बघा आपलं इथून अर्ध्या मैलावर एक देशी खानावळ आहे. तिथं विचारून पाहा. हा, असे या वाटेनं –"

यानंतर आमचे जे हाल झाले त्याचे वर्णन काय करावे? मैलभर तंगडतोड करून त्या खानावळीत पोचल्यावर त्यांनी जागा तर नाही म्हणून सांगितलेच पण उगीच इतक्या लांब आल्याबद्दल आम्हालाच नावे ठेवली. तिथून दुसरीकडे, दुसरीकडून तिसरीकडे आणि तिसऱ्या ठिकाणाहून चौथ्या ठिकाणी अशी आमची जी

वरात निघाली म्हणता! त्यातून सामानसुमान हातात. बहुधा सबंध महाबळेश्वर आणि तिथले सगळे पॉईंटस आम्ही त्या दिवशी हिंडून पाहिले असावेत. आमचे तिकडे लक्ष नव्हते इतकेच. शेवटी अंधार पडायला लागला आणि तरीही कुठे थांगपत्ता लागेना तेव्हा मात्र ब्रह्मांड आठवले. हातापायाचे तुकडे पडायची वेळ आली. बंडू तर वाटेतच मटकन खालीच बसला. डोळ्यात पाणी आणून सांगू लागला की माझा प्राण चालला; मी आता इथेच मरणार. ही जागाही शांत आहे. माझ्या घरच्या लोकांना सांगा मी इथंच मेलो. सगळ्या नातेवाइकांना कळवा. म्हणावं, बंडूनं मरतेवेळी तुमची आठवण काढली. सगळ्यांना अंत:करणानं क्षमा केली. त्याला मोठं सुखाचं मरण आलं.

बंडूचे हे बोलणे ऐकून आम्हीही गहिवरून गेलो. एकमेकांच्या गळ्यात हात टाकून रडलोही असतो; पण तेवढ्यात एका लहान मुलाच्या रूपाने आम्हाला देवदूत भेटला. आणि ती वेळ निभावली. आम्ही त्याला हटकले आणि चौकशी केली, तेव्हा तो म्हणाला,

''आमच्या घरी चला मग. रात्रीपुरतं झोपायला जागा देईल माझी आई.''

त्याचे हे बोलणे ऐकून आम्हाला उचंबळून आले. इतके की, त्याला डोक्यावर घेऊन नाचावे असे आमच्या मनात आले. पण आम्ही फारच दमलो होतो, म्हणून तसे केले नाही इतकेच. बंडूला तर एवढा हर्षवायू झाला की तो बेशुद्ध होऊन खालीच कोसळण्याची पाळी आली. पण तेवढ्यात त्याने त्या पोराच्या हातातली पाण्याची चरवी हिसकली आणि तोंडाला लावली. गटागटा करून निम्मी चरवी एका दमात पिऊन टाकली. त्यामुळे तो सावध झाला. भानावर आल्यावर तो उठला आणि सरळ पळत सुटला. सामानसुमान आणायचे काम माझ्यावर आणि राजावर सोपवून तो धूम पळाला.

त्या मुलाच्या घरी आम्हाला नीटशी जागा मिळाली असे नव्हे. साध्या दोन खोल्यांची झोपडीच. पण त्या वेळी ती आम्हाला स्वर्गासारखी वाटली. त्या आईने आम्हाला साधेच जेवण वाढले. ताजी ताजी भाकरी, थोडेसे दूध आणि चटणी. पण आम्ही इतके दमलो होतो की आम्हाला अशी सपाटून भूक लागली होती. तसले साधे जेवणही टापरून जेवलो आणि आडवे झालो. घरात दोन मोडक्यातोडक्या खाटा होत्या. त्यातले एक तर अगदी खाटलेच होते. बहुधा त्या पोराचे असावे. त्यावर बंडू झोपला आणि दुसऱ्या खाटेवर मी अन् राजा एक पांघरूण घेऊन झोपलो.

सकाळी आम्ही जागे होऊन पाहिले तो बंडूचे पाय खाटेच्या खाली गुडघ्या पासून अधांतरीच लोंबकळत होते. आम्ही आमचे कपडे अन् टॉवेल अंघोळ होईपर्यंत त्याच्याच तंगड्याला खुंटीसारखे अडकवून ठेवले होते....

तेव्हापासून आम्ही एक धडा शिकलो. कुठेही परगावी हॉटेलात, खानावळीत राहायचा प्रसंग आला, तर जास्त चिकित्सा करण्याच्या भानगडीत पडायचे नाही!

महाबळेश्वरचा हा प्रसंग डोळ्यासमोर उभा राहिल्यामुळे सारसगावला उतरायची कल्पना आम्ही सोडून दिली. थोडेसे खाली जाऊन आम्ही एका कडेला नाव लावली आणि हिरवळीवर बसून जेवण्याचा कार्यक्रम उरकला.

जेवताना सारसगावच्या संत्र्याचे बंडूने इतके सुरेख वर्णन केले की आम्हाला तेथे न थांबल्याबद्दल फार वाईट वाटू लागले. एकेका गावचे एकेक वैशिष्ट्य असते आपले. संत्री काय कोठे खायला मिळाली नसती असे नाही. पण सारसगावची संत्री पुन्हा कुठून मिळणार या विचाराने जेवताना आम्हाला सारखे वाईट वाटू लागले. त्याचा परिणाम असा झाला की आम्ही अगदी मुकाट्याने जेवलो. खरे म्हणजे जेवणावरून आमचे लक्ष उडालेच. आपले जीवित एकंदरीत निरर्थक आहे असे वाटू लागले. अरे, संत्री ती काय, पण ती सुद्धा वेळेवर मिळू नयेत माणसाला? छे: छे:! आम्हाला मग बालपणातले सुखद दिवस आठवले आणि आमची मने कशी भरून आली. तेवढ्यात बंडूने टोपलीतली केळी काढून ठेवली त्यामुळे आम्हाला पुन्हा बरे वाटले. आयुष्यात काही अर्थ आहे असे पुन्हा एकदा वाटू लागले.

जेवण करून लोळल्यावर जरा बरे वाटले.

आता इथेच दुपारचा चहा उरकावा आणि मगच पुढे निघावे असे ठरले. दुधाच्या भुकटीचे डबे बरोबर घेतले होते. थोड्या वेळाने स्पिरिटच्या दिव्यावर पाणी तापत ठेवून राजाने डबा बाहेर काढला. तो उघडण्यासाठी आम्ही सगळेच चाकूसुरे हुडकू लागलो. तो काही सापडता सापडेना. नावेतले सगळे सामान उलथे पालथे करून पाहिले. पण सुरी काही कोठे दिसेना.

मग बंडूने किल्ल्यांच्या जुडग्याला अडकवलेला छोटा चाकू खिशातून बाहेर काढला. त्याने डबा उघडायचा प्रयत्न केला. त्यात त्याचा चाकू मोडला आणि बोट चांगलेच कापले. राजाने कात्रीचा उपयोग करून पाहिला. या प्रयोगात कात्री लांब उडाली आणि जाताजाता त्याच्या डोक्याला जोरात दणका देऊन गेली. ते दोघेही आपापल्या जखमी अवयवांना हात लावून बसले होते. तेवढ्यात मीही एक प्रयत्न करून पाहिला. नावेतला मोठा खिळा उचलून तो डब्यावर आदळला. त्याने डब्याला भोक तर पडले नाही, पण खिळ्याचे खालचे टोक एकदम घसरल्यामुळे मला मात्र हिसका बसला. इकडे डबा एक बाजूला उडाला आणि मी एका बाजूला कोलमडलो. पाण्यात जाऊन आदळलो. त्यामुळे सबंध अंगभर चिखल झाला आणि डबा जो उडाला तो एका कपाळावर आदळून, त्याचा चक्काचूर करून लांब पाण्यात पडला; वर तरंगू लागला.

मग मात्र आम्हा सगळ्यांनाच राग आला.

पाण्यात जाऊन तो डबा बाहेर काढला. बंडूने लांब जाऊन एक मोठा धोंडा आणला. नावेतले वरचे कनातीचे कापड काढून मी खाली अंथरले. राजाने डबा हातात धरला. मग बंडूने डोक्यापाठीमागे हात नेऊन धोंडा उंच उचलला आणि धाडदिशी डब्यावर घातला.

त्या वेळी राजाच्या डोक्याला चुकून हॅट होती म्हणून बरे झाले. नाहीतर त्याच्या डोक्याचे काय झाले असते कोण जाणे. राजाने ती हॅट अजून जपून ठेवली आहे. घरी बसल्याबसल्या दर वेळेला ती हॅट (म्हणजे तिचा अवशेष) पोरासोरांना दाखवून तो त्या प्रसंगाचे भयानक वर्णन अजून करीत असतो.

बंडूला मात्र आणखी एक जखम झाली इतकेच!

हा प्रयत्न फसला हे पाहिल्यावर मी पुन्हा पुढे सरसावू डबा हातात घेतला. खाली दगडावर आपटून तरी तो फुटतो का हे बघितले. पण डबा आपटून आपटून माझे हात दुखू लागले आणि छाती भरून आली. यापलीकडे त्या प्रयत्नांतून काहीच निष्पन्न झाले नाही. बंडूनेही तो आपटून पाहिला. भूमितीतले जितके कोन आणि बाजू असतात तितक्या बाजूंनी तो धडाधड खाली आपटला. पण डबा अभंगच्या अभंगच! शेवटी राजाने डबा भुईवर ठेवला आणि त्याला असा जबरदस्त ठोसा ठेवून दिला की यंव!... अर्थात डब्याला काहीच झाले नाही. राजा मात्र हात चोळीत, झटकन मागे पळाला.

अखेर आम्ही तिघेही दमलो. डब्याभोवती गोल करून खाली बसलो. डोळे विस्फारून त्याकडे पाहात राहिलो.

मग बंडूला काय वाटले की, एकाएकी तो उठला. डबा उचलला आणि लांब नदीत भिरकावून दिला. तो इतक्या लांब गेला की नदीच्या मधल्या धारेतच जाऊन पडला आणि वाहात खाली गेला. डबा दिसेनासा झाल्यावर आम्ही त्याला भरपूर शिव्याशाप देऊन घेतल्या. त्याच्या नावाने बोटे मोडली. शेवटी चहाचा नाद सोडला झाले! नाव तशीच पुढे काढली. पुढची वस्ती येईपर्यंत आम्ही मग क्षणभरही कुठे थांबलो नाही.

सारसगाव सोडले तशी कडेची झाडी पुन्हा विरळ होत गेली. डोळ्यांना भासणारा हिरवेपणा कमी झाला. सगळीकडे पुन्हा रुक्ष वाटू लागले. दगड, गोटे, वाळू आणि उघडे-बोडके खडक याविना दुसरे काही बराच वेळ आढळले नाही. डोळ्यांना विसावा वाटावा असे कुठे काही नव्हतेच. त्यामुळे जाता जाता कुठे रेंगाळावे असे वाटलेच नाही. त्यामुळे नाव आम्ही झपाट्याने वल्हविली. प्रवाहाबरोबर खाली जात, वळणाबरोबर वळत आणि पाण्याच्या धारेला समांतर राहात नाव झपाझप चालली. काठाने अधून-मधून लहानशा वस्त्या लागल्या. संध्याकाळच्या

आत ही बारीक सारीक गावे पर करून त्यापुढचे मोठे गाव गाठायचे होते. पुढच्या मुक्कामाची व्यवस्था करायची होती.

हळूहळू संध्याकाळ झाली. मुक्कामाचे गाव आता आटोक्यात आले तेव्हा आम्ही गती जरा मंद केली. सावकाश पुढे जाऊ लागलो.

आसपास पाहिले तो मध्ये लागलेला रुक्ष, खडकाळ प्रदेश केव्हाच मागे पडला होता. मावळातील निसर्गशोभा दोन्ही काठांनी फुलत होती. तऱ्हेतऱ्हेच्या रानफुलांचे रंगीत गुच्छ बहरले होते आणि त्यांच्या उग्र-मधुर सुवासाने वातावरण दरवळले होते. वारा संथ वाहात होता. नदीचे स्वच्छ पाणी शांत होते. निःस्तब्ध होते. त्या सगळ्या वातावरणात एक अशी विलक्षण नीरवता दाटून राहिली होती की, जणू चौकटीतल्या निसर्गचित्रांतलीच आपणही कुणी चित्रे आहोत, असे मनाला उगीचच वाटत होते. त्या वाटण्याने आम्हीही आपोआपच स्तब्ध झालो. काही एक न बोलता पुढे जात राहिलो.

असा बराच वेळ गेला असावा.

मूकपणे नाव वल्हवीत जाताना काही एक अननुभूत अनुभव आम्ही घेतला. असे वाटू लगले की, आपण अगदी परासारखे हलके झालो आहोत; वातावरणात अलगद तरंगत आहोत. वाऱ्याचे पंख लावून कुठे तरी निघालो आहोत. कुठे बरे? कुणाला माहीत! एवढी गोष्ट खरी की, आपले रूप आता काही निराळेच आहे. या जगातल्याच मातीपासून तयार झालेला मातीचा एक क्षुद्र गोळा असे आपले स्वरूप मुळीच नाही. आता आपण निसर्गाचाच एक अंश आहोत. आपल्या हृदयाचे स्पंदन निसर्गाच्या प्रेरणेने होत आहे. या निसर्गदेवतेचे दिव्य बाहू आपल्या गळ्याभोवती आहेत. जणू ती आपल्याला हृदयाशी ओढून धरीत आहे. आपला आणि तिचा आत्मा एकरूप पावत आहे. आणि वाऱ्याचा हा मंजूळ स्वर? – त्यांनी गाणे गुणगुणत भोवती फेर धरला आहे. हे पार्थिव जग आता किती तरी लांब लांब राहिले. लहान दिसू लागले. मेघांच्या निर्बिड पंक्ती मस्तकाभोवतीच दिसू लागल्या. किती जवळ हे सगळे! हात पसरून आपण जणू त्यांना स्पर्शही केला....

त्या निःस्तब्ध वातावरणांतून खाली जात असताना आमच्या मनात असेच काहीतरी विचार येत होते. इकडे हात कामी करीतच होते आणि नाव पुढे चालली होती.

भानावर येऊन आम्ही पुढे पाहिले. लांब, दूर अंतरावर नदीच्या पात्रात मध्येच मोठा खांडवा पडला होता आणि एखादा बेटासारखा मधला उंचवटा वर आला होता. तिथे कोणीतरी दोघे-तिघे काठाशी वाकून काहीतरी उद्योग करीत होते. लांब असल्यामुळे पहिल्यांदा नीटसे दिसले नाही. थोडे अंतर तोडल्यावर कळले की हे कोळी आहेत. हातात जाळी धरून मासे धरायचा त्यांचा उद्योग चाललेला आहे.

नदीतून कुणी येत आहे इकडे त्यांचे लक्ष बहुधा नसावे.

सूर्य मावळण्याच्या बेतात होता. त्याचा लालभडक, गूढ प्रकाश पाण्यावर पडून पाणी चमकत होते. काठावरच्या झाडांचे माथे पिवळेधमक होऊन लखलखत होते. ढगांना सोनेरी मुलामा चढला होता. संधिप्रकाशाने सगळ्या वातावरणाला एक विचित्र गूढता प्राप्त झाली होती. खाली तांबूस प्रकाशाने न्हालेले हिरवे-निळे पाणी, वर जांभळे शेंदरी आकाश. जणू एखाद्या इंद्रधनुष्याच्या राज्यातच आल्यासारखे कुणालाही वाटावे.

रात्र हळूहळू उतरत होती. संधिप्रकाशाच्या राज्यातील कोठल्यातरी गूढ, रहस्यमय सरोवरातून अस्ताचलाच्या यक्षभूमीकडे प्रवास करणाऱ्या, जुन्या प्राचीन कथेतील वीरपुरुषाप्रमाणे आम्ही शोभत होतो!

पण अस्ताचलाच्या भूमीकडील आमचा अद्‌भुत प्रवास तसाच राहिला!

आमची नाव तिकडे गेलीच नाही. ती गेली ती थेट तीन माणसे काठाला बसली होती तिकडे आणि धाडकन त्यांच्या अंगावर जाऊन आदळली!

काय झाले हे पहिल्यांदा आम्हाला कळलेच नाही. विचाराच्या तंद्रीत आम्ही इतके गुंग झालो होतो की डोळ्यासमोर काय घडत आहे, याचा आम्हाला पत्ता लागला नाही. पण धाड्‌दिशी आवाज झाला आणि नंतर पाठोपाठ काही चमत्कारिक शब्द ऐकू आले तेव्हा आम्ही भानावर आलो. यक्षभूमीकडे जाण्याच्या नादात आपली नाव या तीन क्षुद्र मानवी प्राण्यांच्याच फार जवळ जाऊन पोचली आणि त्यामुळे बराच गोंधळ उडाला, हे आमच्या ध्यानात आले.

डोळे चोळून आम्ही पाहिले.

बघितले तो काठाशी मासे धरीत बसलेली ही मंडळी पालथीउलथी होऊन पाण्यात पडली होती. त्यांचे कपडे तर चिखलाने भरले होतेच; पण तोंडेही घाणीने माखून निघाली होती. कडेच्या चिखलातून आणि घाणीतून कसेबसे वर उठून तोंड पुसण्याचा त्यांचा उद्योग चालला होता. हा उद्योग चालू असताना अर्थातच ते तिघेही आम्हाला जोरजोराने शिव्या मोजीत होते. या शिव्यांचे स्वरूप साधे असणे कसे शक्य होते? चांगल्या लांबलचक, विचारपूर्वक तयार केलेल्या आणि फारच सखोल अर्थ असलेल्या त्या शिव्या होत्या. आम्ही आणि आमचे जवळचे नातेवाईक यांना त्या शिव्यांत फार महत्त्वाचे स्थान होते.

वटवट करून त्यांची तोंडे दुखून आली. तोपर्यंत आम्ही चोरासारखे गप्प उभे होते, त्यांनी तोंड वाजवायचे बंद केल्यावर मग बंडूने आपले तोंड उघडले,

"जाऊ द्या हो, आम्हाला तरी काय माहीत तुम्ही इथं बसला होता ते –"

"काय जाऊ द्या काय?" एकजण गुरगुरला. "आमची समदी कापडं खराब झाली या घानीनं –"

"चालायचंच, अहो घाणीत पडल्यावर कपडे खराब होतातच. आमचासुद्धा तोच अनुभव आहे. पण कपडे धुवून टाका. घाण जाईल ती. बिलकूल राहणार नाही."

हे ऐकल्यावर पुन्हा त्या तिघांनीही तोंडाचा पट्टा जोरात सुरू केला. मग राजाने त्यांची समजूत घातली. त्याच्या एकंदर बोलण्याचा सारांश असा होता की, सबंध दिवसभर मासे पकडून पकडून तुम्ही कंटाळला असाल म्हणून आम्ही ही गंमत केली इतकेच. पण त्यामुळे मजा आली की नाही? मग झालं तर? त्यात रागवायचे एवढे काय कारण? तुमच्यासारख्या माणसांनी इतक्या शिव्या एकदम खर्च करून टाकाव्या ही गोष्ट काही बरी नव्हे, नाही का?

पण राजाच्याही या बोलण्याचा काही उपयोग झाला नाही. ती माणसे पुन्हा भडकल्यासारखी दिसली तेव्हा आम्ही हळूच तिथून काढता पाय घेतला.

इतका वेळ नाव वल्हविण्याचे काम मुख्यत: मीच करीत होतो. हा प्रकार घडल्यावर राजाने माझ्या हातातील वल्ही एकदम हिरावून घेतली. स्वत: वल्ही मारीत तो खेकसून म्हणाला,

"गाढव, मूर्ख! तुझ्यासारख्या नादिष्ट माणसाच्या हातात कारभार गेल्यावर असंच व्हायचं. नशीब, त्यांनी आपल्याला बडवून काढलं नाही! कुठं तंद्री लागलेली असते एवढी?... छया: छ्या:! तुझ्यासारख्याच्या हातात वल्ही देणं नकोच बाबा. एखाद्या वेळी नदीत बुडवशील सगळ्यांना. कहर आहे बुवा!"

मी काही बोललो नाही. राजा एखाद्या वेळेस उगीच भडकतो झाले. तू वल्हवतोस तर वल्हव लेका.

राजाने नाव झपाट्याने पुढे काढली. हां, हां म्हणता आम्ही मुक्कामाच्या गावी पोचलो. नाव कडेला लावली आणि तारेवर कापड आच्छादून गाढ झोपी गेलो.

□

बारा

सकाळी उठून पाहिले. इथला सगळाच प्रदेश हिरव्यागार प्रसन्नतेने नटला होता. गावही लहानसे पण टुमदार होते. गावच्या दोन्ही तिन्ही बाजूंनी नदीला ओढेनाले येऊन मिळाले होते. त्यामुळे गावचे रूप आणखीनच वाढले होते. नाव वल्हवूनही उत्साह शिल्लक राहिला तर खूप हिंडावे, भटकावे असे हे स्थळ होते. इथे नदीचे पात्रही मोठे रमणीय वाटत होते. आणि जसजसे खाली जावे तसतसे ही रमणीयता आणखी वाढत गेल्यासारखी दिसत होती. सूर्याच्या शुभ्र प्रकाशात झळाळणारे नदीचे पात्र, दाट झाडीतून वळणाऱ्या चोरट्या पाऊलवाटा, चालत असताना खाली वाकून आपल्या कानाशी कुजबुज करणाऱ्या झाडांच्या फांद्या आणि गर्द राईतूनच हळूच डोके वर काढून सृष्टीच्या या अप्रतिम रूपाकडे कुतूहलाने पाहात राहणारी लाल कौलारू घरे! सगळे कसे भुलविणारे होते. असे वाटत होते की, तासन्तास येथे बसून राहावे आणि हे मोहक रूप डोळ्यांनी पिऊन घ्यावे. अगदी आकंठ प्यावे आणि तृप्त व्हावे.

दुसऱ्या बाजूला दूरवर उंच डोंगर ठाकला होता. त्यात कोरलेली पांडवलेणी अस्पष्टशी दिसत होती. बंदिस्त, दगडी ओवऱ्या, नक्षीदार स्तंभ आणि कमानी. भिंतीवरच्या नाना आकृती, लेणी लांबून पाहूनही आतले हे चित्र आमच्या डोळ्यांसमोर कसे स्पष्ट उभे राहिले. मनात आले की, याच लेण्यामधून आणि ओवऱ्यातून कोणे एके काळी यतीनी आणि तापसी पुरुषांनीही वसती केली असेल. 'बहुजनहिताय बहुजनसुखाय' असे म्हणत बौद्धभिक्षू धम्मचक्र फिरवीत यात ठिकाणी विसावले असतील. या लोकांनी केवढे उग्रतप येथे केले असेल. केवढी कठोर साधना आरंभिली असेल. आणि मग या लोकांना निसर्गाचे हे रमणीय रूप पाहता-पाहता काय बरे वाटले असेल? पाण्याच्या लाटांचा मंजूळ ध्वनी, नदीकाठच्या हिरवळीची

अस्पष्ट कुजबुज, वेगाने वाहणाऱ्या वाऱ्याचे द्रुत लयीतील संगीत यांनी त्यांच्या मनावर काय परिणाम होत असेल? या जीविताचा न कळलेला हेतू त्यांनी यांना समजावून सांगितला असेल काय? अत्यंत निगूढ शांततेत त्यांची तपश्चर्या चालली असेल. एखादा दिव्य स्वर्गीय ध्वनी ऐकू यावा म्हणून त्यांच्या मनाची तडफड होत असेल. पण निसर्गाच्या या नाना प्रकारच्या रमणीय ध्वनीतून प्रत्यक्ष ईश्वरी संगीतच आपल्याला ऐकू येत आहे, हे त्यांना कधी उमगले असेल काय?

सकाळी आम्ही लवकर उठलो. थोडासा फेरफटका मारावा म्हणून बाहेर पडलो. भटकत भटकत गावही पाहावे या हेतूने गावाच्याच दिशेने निघालो. बरोबर मोत्याचीही स्वारी अर्थातच होती.

परत येताना वाटेत मोठा गमतीदार प्रकार घडला –

वाटेने दोन्ही बाजूंनी मधूनमधून घरे लागत होती. मध्येच एका घरातून एक मांजर बाहेर पडले आणि रस्ता ओलांडून पलीकडे जाऊ लागले. मांजर पाहिल्यावर मोत्याला नेहमीप्रमाणे फुरफुरल्यासारखे होते. त्यातून गेल्या कित्येक दिवसांत त्याला भांडायला कुणी भेटले नव्हते. मग काय विचारता! स्वारीने एकदम भुऽ भुऽ भुऽ करून आरोळी ठोकली आणि एखाद्या योद्धाच्या आवेशात त्या मांजरावर चाल केली.

मांजर आपले त्याला म्हणायचे इतकेच. पण होता तो चांगला काळाकुट्ट बोका. सणसणीत उंच आणि गलेलठ्ठ. दिसायलाही भयंकर. एक शेपटी तुटलेली, एक कान फाटलेला. असले भयंकर आणि चमत्कारिक ध्यान मी जन्मात कधी बघितले नव्हते. आपल्याच ऐटीत आणि रुबाबात हे बोकेमहाराज वाटेवरून चालले होते.

मोत्याने साधारणपणे ताशी वीस मैल वेगाने तरी त्याच्याकडे धाव घेतली असावी. पण तरीही त्या बोक्याने कसलीच गडबड केली नाही. आपला प्राण संकटात आहे याची त्याला काहीच जाणीव असलेली दिसली नाही. मोत्या त्याच्याजवळ जाऊन पोचला तरीसुद्धा ही स्वारी मोठ्या धिमेपणाने पावले टाकीत चालली होती. मग त्याला काय वाटले की, एकाएकी ही स्वारी वळली आणि रस्त्यावर मध्येच बसून राहिली. मोत्याकडे अशा दृष्टीने बघू लागली की, "काय हो महाराज, काय काम काढलंय मध्येच?" असेच जणू काही त्याला विचारायचे असावे.

खरे म्हणजे मोत्या हा थंड डोक्याचा. स्वारी कधी गडबडून जायची नाही. पण त्या बोक्याच्या दृष्टीत अशी काही जरब होती की एखाद्या शिकारी कुत्र्याचेही काळीज धडधडू लागावे.

बोका थांबला तसा मोत्याही एकदम थांबला. त्याच्याकडे पाहात उभा राहिला.

दोघेही एकमेकांकडे पाहू लागले.

कुणीही बोलले नाही. पण त्या दोघांचा काय संवाद झाला असावा हे तर्काने कळण्यासारखे होते. बहुधा पुढीलप्रमाणे बोलणे झाले असावे –

बोका : काय हो सद्‌गृहस्थ काय पाहिजे तुम्हाला?

मोत्या : म-मला?... छे:, क-कुठं काय? काही नाही बुवा.

बोका : हा: हा:! असं कुठं झालंय काय? हा, संकोच मानायचं कारण नाही राव, बोला... बोला, अगदी बेलाशक. काय मनात असेल ते धडाधडा बोला.

मोत्या : (मागेमागे सरकत) ह्यँ: ह्यँ:! तसं काही नाही – उगीच आपलं ह्यँ: ह्यँ: म्हणजे झालं काय, माझा जरा समजुतीचा घोटाळा झाला. म-माफ करा हं – मला वाटलं तुम्ही ते आपले हे –

बोका : अरे! त्यात माफबिफ कसलं आलंय? – मजा आली उलट अन् काय! होतं असं कधी कधी. बरं, खरंच काही नको म्हणता? नाही, आसलं काही तर अजून –

मोत्या : (आणखी मागे सरकत) छ्या: छ्या:! – काही नाही. काही नाही. तुम्हाला उगीच तसदी पडली. मेहेरबानी झाली माझ्यावर, ह्यँ: ब-बराय मग. रामराम.

बोका : अऽऽऽच्छा! रामराम.

इतका संवाद झाला आणि मग हे बोके महाशय उठले. अंग झाडून त्यांनी मोठा आळस दिला. नंतर शांतपणे राहिलेला रस्ता ओलांडून पलीकडे गेले. हे सगळे होईपर्यंत मोत्या आपला शेपूट नावाचा अवयव मोठ्या धैर्याने आतील बाजूस गुंडाळून ठेवून आम्हा सगळ्यांच्या पाठीमागे येऊन उभा राहिला होता. ते बोकेजी पूर्णपणे दिसेनासे झाले, मग ही स्वारी आमची पिछाडी सोडून पुढे आली.

तेव्हापासून 'बोका' या प्राण्याचा मोत्याने चांगलाच धसका घेतला आहे. 'बोका' असा शब्द नुसता उच्चारला तरी; लगेच तो हबकतोच आणि अशा केविलवाण्या दृष्टीने बघतो की विचारू नका. जणू त्याला म्हणायचे असते,

"पाया पडतो. पण कृपा करून त्या भयंकर प्राण्याचं नाव काही काढू नका बुवा!"

इथून देहू गाव जवळच आहे असे वाटेत समजले. म्हणून मधल्या वाटेने जाऊन देहू गाव पाहिले. खरे म्हणजे देहू गाव हे कुठल्याही चार गावासारखेच. पण आपल्याला ते उगीच निराळे दिसते झाले. बघितले आणि असे वाटले की अरे हेच ते गाव. इथेच तुकाराममहाराज फिरले असतील, या इथे ते बसले असतील, इथे त्यांनी नामसंकीर्तन केले असेल आणि उगीचच मन भरून आले. इंद्रायणीचा काठ पाहूनही असेच वाटले. इथेच कुठेतरी त्यांच्या पोथ्या बुडवल्या असतील आणि मग

सुन्न मनाने तुकोबा काठाशी बसून राहिले असतील. 'वेदाचा तो अर्थ आम्हासची ठावा, येरांनी वाहावा भार माथा' असे म्हणणारे तुकोबा अंतरी उदास होऊन या ठिकाणी बसले असतील. त्यांना मनातून काय बरे वाटले असेल? बुडालेल्या गाथा तरंगून वर आल्या, हा चमत्कार खरा असेल काय? त्याकाळी असे चमत्कार होत असतील काय? या लोकगंगेने त्यांना त्यांचे अभंग परत दिले? कुणास ठाऊक. त्या वेळी काय झाले असेल, ते आज आपल्याला कसे कळावे? एवढी गोष्ट मात्र खरी की तुकोबांच्या सान्निध्याने या लहानशा गावचा डिंडिम सबंध महाराष्ट्रात गाजला....

तुकारामांचे दर्शन घेऊन परत आलो. देहूला भाजीपाला चांगला मिळाला. तिथून एक हमाल करून आम्ही नदीपर्यंत ते ओझे आणले. गाठोडे नावेत ठेवून हमालाला निरोप दिला. मग स्वैपाकाचे सामान काढून भराभर चार-दोन पदार्थ केले. नंतर बूट निघाला की पलीकडच्या ओढ्याच्या काठाने गर्द झाडी आहे. तिथे कुठेतरी छान मोकळी जागा पाहून जेवायला बसावे. सगळ्यांनाच ही कल्पना पसंत पडली. मग नदीकाठ सोडून आम्ही जरा पलीकडच्या बाजूला गेलो. डबे उघडून जेवायला बसलो.

आमचे हे जेवण चालू असताना मी आणि राजा दोघांनाही फार मोठा धक्का बसणारी एक गोष्ट घडली!

धक्का तसा बंडूलाही बसला. पण त्याला आणि आम्हाला बसलेला धक्का यात फार मोठे अंतर होते. म्हणजे गंमत काय झाली, आम्ही बसलो होतो काठापासून साधारण दहा-वीस हात अंतरावर. वर गार सावली होती. जेवायला अजून सुरुवात होत होती. बंडू कसला तरी डबा दोन्ही पायात दाबून धरून त्याचे झाकण उघण्याच्या खटाटोपात होता. या डब्यातून काय बाहेर निघते हे पाहात आम्ही थांबलो होतो. ताटे पुढे सरसावून बसलो होतो.

झाकण अगदी घट्ट बसले होते. ते निघता निघेना. तेव्हा बंडू म्हणाला,

"अरे, तिकडं कुठं एखादा चमचा, सुरी काही आहे का बघा बरं – त्याशिवाय नाही निघायचं लेकाचे हे झाकण."

दोन्हीही वस्तू आमच्या पाठीमागच्या बाजूला ठेवलेल्या सामानात होत्या . मी आणि राजा दोघेही पाठीमागे वळलो. हुडकू लागलो. अखेर मला चमचा सापडला. राजाला सुरी सापडली.

या सगळ्या गोष्टीला दहा-पाच सेकंदच काय ते लागले असतील. हातात चमचा आणि सुरी घेऊन आम्ही दोघेही परत तोंड वळवतो तो काय! –

काहीतरी अद्‌भुत प्रकार घडला होता!

बंडू आणि तो डबा दोन्हीही गोष्टी अदृश्य झाल्या होत्या.

भोवताली जवळ सगळीकडे मोकळे रान होते. सावलीचे झाड सोडले तर जवळपास दुसरे झाड नव्हते की झुडुप नव्हते. मग हा गृहस्थ गेला कुठे? त्याने ओढ्याच्या पाण्यात तर उडी मारली नसेल? छे:! तसे घडणे अगदी अशक्य होते. कारण काठाकडेच्या बाजूला आम्हीच दोघे बसलो होतो. पाण्यात उडी मारायची म्हटले तरी त्याला आमच्या डोक्यावरून उडी मारूनच जावे लागले असते!

– मग या बंडूचे झाले तरी काय?

राजा आणि मी दोघेही डोळे ताणून ताणून सगळीकडे पाहिले. मग आम्ही एकमेकांकडे टकामका पाहू लागलो.

"अरे! हा गृहस्थ गेला तरी कुठं एकदम?" मी ओरडून विचारले, "हवेत विरघळला का पाण्यात वाहून गेला?"

"छट्!" राजा म्हणाला, "उगी काहीतरी बोलू नकोस."

"मग काय यक्षकिन्नरांनी उचलून नेला त्याला एकदम स्वर्गात?"

"ह्यॅ:!" राजाने पुन्हा नापसंतीदर्शक मान हलवली. "यक्षकिन्नर फार तर बंडूला नेतील. फराळाचा डबा ते कशाला लांबवतील?"

राजाच्या या आक्षेपात तथ्य होते. स्वर्गातल्या यक्षगंधर्वांना आमच्या फराळाच्या डब्याचा एवढा लोभ वाटण्याचे काही कारण नव्हते. ती कल्पना आम्ही सोडून दिली.

"मला असं वाटतं –" थोड्या वेळाने राजा गंभीरपणे म्हणाला, "धरणी कंप झाला असावा."

"धरणीकंप?"

"हां... गरीब बिचारा बंडू. आत गेल्यावर तरी त्याला डब्याचे झाकण उघडेल की नाही देव जाणे!"

आम्ही एक सुस्कारा सोडला. मघाशी ज्या ठिकाणी बंडू आणि तो फराळाचा डबा होता त्या जागेकडे शून्य दृष्टीने पाहू लागलो. आम्हाला फार हळहळ वाटू लागली.

– आणि मग पुन्हा एकदा चमत्कार घडला!

समोर जे दिसले ते पाहून आमचे रक्त एकदमच गोठलेच. डोक्याचे केस ताठ उभे राहिले.

ज्या ठिकाणी मघाशी बंडू झाकण उघडीत बसला होता त्या ठिकाणच्या दाट गवतांतून आणि पाला-पाचोळ्यातून बंडूचे डोके पुन्हा वर येताना दिसू लागले. त्याचे डोके हळूहळू वरवर येत होते. आणि चेहरा लालभडक दिसत होता!

– आम्हा दोघांपैकी राजा पहिल्यांदा शुद्धीवर आला.

सावध झाल्यावर उठून बसून तो ओरडला,

"क-कोण बंड्या?... बंड्या तू?"

यावर बंडूच्या डोक्याने नुसतीच हालचाल केली.

"जिवंत आहेस ना तू? का मेलास? आणि तुझ्या डोक्याखालचा भाग कुठाय?"

बंडूचे डोके पुन्हा हलले. त्याने तोंड उघडले.

"गद्ध्यांनो, मुद्दाम वेड पांघरता काय? जाणून बुजून हलकटपणा केलाय हा तुम्ही. माझी पक्की खात्री आहे –"

"हलकटपणा? कसला?" आम्ही दोघेही ओरडलो.

"असं काय? – तुम्हीच मला इकडच्या बाजूला बसवलंत. मुद्दाम बसवलंत अगदी खड्ड्याकडची बाजू पाहून. अन् पुन्हा वर हा चावटपणा? – हा, हा घ्या तुमचा फराळाचा डबा."

आम्ही गांगरून त्याच्याकडे पाहतो आहोत एवढ्यात त्या दाट पाचोळ्यातून सरासरा डबा वर आला आणि आमच्या अंगावर येऊन आदळला. डब्यात सगळी घाण, चिखल साचला होता. आतल्या फराळाच्या सामानाचा तर अगदी विध्वंस झाला होता. काय पदार्थ मुळांत होते, देव जाणे.

डब्याच्या पाठोपाठ राडीत चिंब भिजलेला, मातीने बरबटलेला बंडू कसाबसा वर आला.

मग आम्हाला उलगडा झाला. म्हणजे असे होते एकूण तर!

नकळत बंडू एका खड्ड्याच्या तोंडावरच बसला होता. वर दाट गवत आणि पाला-पाचोळा साठून राहिला होता. त्यामुळे खड्डा पूर्णपणे झाकून गेला होता. डब्याचे झाकण उघडण्यासाठी बंडू जरा मागे वाकला. त्याबरोबर तो एकदम खड्ड्यात गेला. डब्यासह खाली जाऊन आदळला.

मागाहून सगळे स्थिरस्थावर झाल्यावर बंडू म्हणाला,

"सबंध जन्मात असला प्रसंग कधी अनुभवला नव्हता बुवा. एकदम डोके खाली अन् तंगड्या वर न् काय! थेट खालीच. असा घाबरलोय – काय प्रकार झाला कळेचना मुळी. मला तर वाटलं, जगबुडीची वेळबिळ आली की काय? –"

ते काही असो. बंडूची मात्र अजून समजूत आहे की झाला हा सगळा प्रकार जाणूनबुजून झाला; मी आणि राजा दोघांनीही मिळून कट करून त्याला खड्ड्यात घातला. आठवण निघाली की अजून तो आम्हाला शिव्या देतो.

आता या कर्माला काय करावे?

□

तेरा

जेवण उरकल्यावर घटकाभर विश्रांती घेतली. मग नावेचा दोर सोडून नाव बाहेर काढली. कुठेतरी भटकायचे मनात होते. म्हणून सरळ नदीतून पुढे जायच्या ऐवजी एका ओढ्यात शिरलो. हा ओढा एखाद्या लहान नदीसारखाच होता. पाणी खोल होते. त्यामुळे नाव वल्हवायला आम्हाला त्रास पडला नाही. जरा पलीकडे खाली दुसऱ्या काठाला आणखी एक-दोन ओढे नाले नदीला येऊन मिळाले होते. त्यामुळे त्या बाजूला काठाकाठाने लहानशी बेटेच तयार झाली होती. या बेटांच्या कडेकडेने गमतीने हिंडावे आणि चांगलीशी जागा पाहून कुठेतरी रात्रभर मुक्काम ठोकावा असा आमचा हेतू होता. म्हणून ओढ्याच्या प्रवाहात नाव घातली. पुढे रमतगमत निघालो.

फर्लांग दोन फर्लांगावरच एक लहानसे खेडे दिसले. दिसले म्हणजे काय, अस्पष्ट चार घरे पाहिली इतकेच. कदाचित एखादी वस्तीही असेल. फार तर पाच-पंचवीस घरे असतील. पण त्याच्या दोन्ही-तिन्ही बाजूला ओढ्यांची खळखळ, गर्द झाडी, पुन्हा जवळच नदी. त्यामुळे त्या गावची शोभा काही निराळीच वाटली. नावेतून उतरून उगीचच आम्ही त्या वस्तीच्या भोवतालून हिंडून आलो. खरोखर मन फार प्रसन्न झाले. जेवणाने आलेली सुस्तीही उतरली. एखाद्या नव्या पद्धतीच्या नाटकात दाखवलेली खेड्यातली घरे मोठी शोभिवंत आणि टुमदार असतात ना? इथली घरे अगदी तशी वाटली. आणि ओढा? – तो तर एखाद्या परीकथेतल्या सोनेरी ओढ्याप्रमाणे विलोभनीय होता. घरांच्या आसपास रानफुलांची दाटण झालेली होती. आपल्या चित्रविचित्र रंगांनी त्यांनी हे गाव बारामास शृंगारले होते.

तासभर भटकलो. नंतर परतलो फिरलो. फार पुढे गेलो तर उशीर होईल असे वाटले म्हणून आणखी पुढे हिंडत जायची कल्पना सोडून दिली. पलीकडच्या

काठाला असलेल्या एखाद्या छोट्या बेटात रात्र काढायची हे ठरवलेच होते. त्यामुळे नाव परत नदीच्या पात्रात घेऊन आम्ही पलीकडे गेलो. एका बेटावर उतरलो. सगळे सामानसुमान काढून रात्री झोपायची व्यवस्था केली. आमचा हा कार्यक्रम इतक्या झपाट्याने पार पडला की अंधार व्हायच्या आत काम संपलेही. आता रात्र होईपर्यंत काय उद्योग करायचा असा प्रश्न पडला. अनायसे वेळ भरपूर आहे, तेव्हा पुन्हा एकदा झकास जेवणाचा बेत करावा असे राजाने सुचविले.

''बटाट्याचा खुरमा – बस्स, बस्स!'' तो म्हणाला, ''राहिलेली भाजी अन् आता आणलेले बटाटे. सगळ्यांचा खुरमा करू फर्मास. आहा!''– असा होईल म्हणता. 'बस! देखते रहना नुसते.'

बटाट्याचा खुरमा हे शब्द ऐकून आमच्याही तोंडाला पाणी सुटले. आम्ही चट्‌दिशी होय म्हटले. मग राजाने काटक्या गोळा करून दगडाच्या चुलीवर बटाटे उकडत ठेवले. आम्ही उकडलेले बटाटे सोलण्याच्या उद्योगाला लागलो. बटाटे सोलणे हा इतका भयंकर प्रकार असतो याची आम्हाला कल्पना नव्हती. जितक्या काळजीपूर्वक आम्ही सोलावे तितके काहीतरी राहिलेले आहेच असे दिसावे. बरे, जरा घाईने करावे, तर सबंध बटाट्याची नासधूस होऊन जाई. अर्धा-पाऊण तास मेहनत करून चारच बटाटे आख्खे सोलून झाले तेव्हा आम्ही कंटाळलो. अशा वेगाने काम केले तर दुसऱ्या दिवशी सकाळपर्यंत फक्त बटाटे सोलण्याचे काम पूर्ण होईल, हे आमच्या ध्यानात आले. मग आम्ही हे काम थांबवले. एवढ्या चार बटाट्याचाच खुरमा करावा असे राजाला सुचवून पाहिले. पण तो ऐकेना. तेव्हा त्याची दृष्टी चुकवून आम्ही आख्खे बटाटे तसेच उचलून भांड्यात टाकले. शिल्लक राहिलेल्या भाजीपैकी जी-जी हाताला लागली ती-ती त्यात कोंबली. राजाने कांदे चिरून टाकीपर्यंत बंडूने राहिलेले तिखट, मीठ, मसाला, अर्धीकच्ची शिल्लक फळे हे सगळे तर त्यात टाकलेच; पण भुकटीच्या दुधाचा अर्धा डबाही त्यात ओतून दिला. बरोबर घेतलेली अंडीही तेवढ्यात मला सापडली. तीही मी त्यात टाकून दिली.

राजा म्हणाला,

''खुरम्याची हीच गंमत आहे. काय वाटेल ते टाका. सगळं खपतं त्यात हा: हा:! –''

त्या खुरम्यात आणखी कोणकोणते पदार्थ टाकले हे काही आता आठवत नाही. पण एवढी गोष्ट खरी की, शिल्लक राहिलेले पदार्थ वाया म्हणून काही घालवलेले नाहीत. सगळे त्यात ओतले!... आणि सगळ्यात कळस म्हणजे मोत्यानेही तेवढ्यात कुठूनतरी एक हाडूक तोंडात धरून आणले. आमच्याकडे तो अशा दृष्टीने बघत उभा राहिला की, आता मी आणलेली ही वस्तूही यात टाका! असेच जणू काही त्याला म्हणायचे होते. मोत्याने आणलेला हा जिन्नस टाकावा की

टाकू नये यासंबंधी आम्ही बरीच साधक-बाधक चर्चा केली. बंडूचे म्हणणे पडले की, एवढ्या सबंध गदारोळात हा पदार्थसुद्धा खपून जाण्यासारखा आहे. तेव्हा उगीचच मोत्याला नाराज करू नये. पण राजाने त्यास मोडता घातला. तो म्हणाला, "बटाट्याच्या खुरम्यात हाडूक घालण्याचा हा आचरट प्रकार आपण जन्मात कधी ऐकला नाही. उगीच नाहीत ते प्रकार नकोत मेहेरबान! माफ करा –"

"म्हणजे काय? माणसानं नेहमी नवंनवं काहीतरी करायला नको का?" बंडू तावातावाने म्हणाला.

"हे नवंनवं काय? उलट घाण –"

"हेच ते. हेच ते. तुझ्यासारखी माणसंच जगाच्या प्रगतीच्या वाटेत विघ्न आणतात. बिघडतं ते इथंच."

जगाच्या प्रगतीत थोडेसे विघ्न आले तरी चालेल, पण ही नवी भर खाण्याच्या पदार्थात टाकायची नाही असे शेवटी ठरले. आणि मग बटाट्याचा खुरमा अखेरीस उतरला. हा वादविवाद सोडून द्या. खुरमा मोठा झकास झाला होता एवढी गोष्ट खरी. फक्त सगळ्या पदार्थांच्या भाऊगर्दीत बटाट्याचीच चव कुठे लागली नाही, एवढेच काय ते. तेवढी उणीव मात्र भासली. मी राजाला तसे म्हटले तेव्हा तो म्हणाला,

"हां, हीच तर या खुरम्याची गंमत आहे. ज्या वस्तूचा तो करायचा त्याचीच चव लागत नाही खाताना. बाकी सगळ्यांची लागते बघ. तू कांद्याचा खुरमा करून पाहा. कांद्याचा एक तुकडा तुला तोंडात लागला तर काय म्हणशील ते देईन."

राजाला या बोलण्यावर आणखी काही शंका मला विचारता आल्या असत्या, पण एकंदरीत खुरामा मोठा फाकडू झाला होता. त्यामुळे मी जेवणाकडे जास्ती लक्ष दिले. खरोखर असे जेवण आम्ही बऱ्याच दिवसात चाखले नव्हते. मी तर अगदी मरस्तोवर जेवलो. पोट तडणीस लागले शेवटी.

आमचे जेवण होईपर्यंत मोत्याने आणखी एक उपद्व्याप करून ठेवला.

सहलीच्या सुरुवातीपासून त्याला किटली या पदार्थाविषयी अतोनात कुतूहल वाटत होते. चहा करायला म्हणून आम्ही किटली स्टोव्हवर ठेवली की तो टवकारून तिच्याकडे पाहू लागे. इकडे तिकडे फेऱ्या घाली आणि हुंगून हुंगून वास घेई. किटली गरम होऊन तिच्यातून वाफ बाहेर पडू लागे. हा आवाज ऐकू आला की या स्वारीला ते आपल्याला आव्हानच आहे असे वाटे आणि स्वारी लढाईला सिद्ध होई. पण तेवढ्यात कोणीतरी त्याला आवरून बाजूला नेई.

आज मात्र त्याला बरोबर संधी मिळाली.

जेवल्यावर घोटभर चहा प्यावा म्हणून आम्ही किटली स्टोव्हवर ठेवली होती. तिचा आवाज ऐकू आल्याबरोबर हा गडी उठला आणि किटलीच्या अंगावर धावून

गेला. पुढच्या दोन्ही पंजांनी किटली ओढून त्याने आपले नाक तिच्या अंगावर घासले – मग काय विचारता?

संध्याकाळच्या त्या शांत, नि:स्तब्ध वेळेला एक मोठी किंकाळी आम्हाला एकाएकी ऐकू आली. पाठोपाठ मोत्याने नावेतून उडी टाकली. साधारणपणे ताशी पस्तीस मैल वेगाने त्याने त्या बेटाभोवती तीन-चार तरी प्रदक्षिणा घातल्या. मग हर ठिकाणी थांबत, थबकत त्याने गार चिखल शोधला. आपले चटका बसलेले नाक गार चिखलात घालून थंड करण्याची त्याची धडपड बराच वेळ चालली होती.

तेव्हापासून एक फायदा झाला.

आता किटली या प्रकाराची मोत्याला फार धास्ती बसली आहे. इतकी की तो एकसारखा तिच्याकडे संशयाने, तिरस्काराने बघत असतो. किटली नुसती पाहिली की तो भुंकतो, शेपटू आत घालतो आणि ती स्टोव्हवर ठेवली रे ठेवली की लगबगीने नावेखाली उतरतो. सबंध चहाप्रकरण पुरे होईपर्यंत काठावर बसून राहतो.

जेवण झाल्यावर राजाला एकाएकी फ्ल्यूट वाजावायची लहर आली. त्याने फ्ल्यूट तोंडात धरला तसा बंडू एकदम उसळला.

"माझं डोकं दुखतंय आधीच. आणखीन तू ताप करू नकोस ह्या वेळेला, सांगून ठेवतो."

पण राजाला भलताच उत्साह चढला होता. तो म्हणाला, "वा! मग बरंच झालं की, मी फ्ल्यूट वाजवायला लागतो. तुझी डोकेदुखी ताबडतोब थांबेल. बघ थांबते का नाही ते. संगीतानं माणसाचा कुठलाही रोग बरा होतो. हा –"

"होय बाबा, पण ते संगीतानं. तुझ्या –"

पण राजाने बंडूचे हे पुढचे बोलणे ऐकले सुद्धा नाही. फ्ल्यूमध्ये वारा फुंकून ट्वा भ्यॉं... सूर त्याने काढले सुद्धा.

बंडूने कपाळाला आठ्या घातल्या.

"असं का? मग माझी डोकेदुखी नाही बंद झाली तरी चालेल. पण ही तुझी पिरपिर नको बुवा."

राजाने खरं म्हणजे आजमितीपर्यंत हे वाद्य कधी तोंडाला लावलेले नाही. तशी संधीच त्याला कधी मिळाली नाही. या बाबतीत लोकांनी त्याचा इतका हिरमोड केलाय की काय विचारू नका. या सहलीच्या वेळी तरी काय? दोन-तीनदा त्याने फ्ल्यूट बाहेर काढून तो फुंकण्याचा प्रयत्न केला. पण दर वेळेला कुणी ना कुणी तरी नाट लावला. बंडूची भाषा तर एकदम जहाल. त्याच्या जोडीला मोत्याचे भुंकणे. मग संगीताची समाधी लावायला बळ यावे कसे बिचाऱ्याला?

राजाने फ्ल्यूट वाजवायला सुरुवात केली की मोत्या भुंकू लागायचा. ते बघितल्यावर राजाच्या कपाळाची तिडीकच उठायची. हातात बूट घेऊन त्याचा नेम

धरून तो खेकसायचा,

"च्या सालं! मी इकडं वाजवायला सुरुवात केली की लागला हा गधडा भुंकायला. काही नडलंय का आता त्यावाचून?"

"पण तुझं तरी काही नडलंय का?" बंडू त्याच्या हातातला बूट काढून घेत म्हणायचा, "तो बिचारा भुंकतोय. मग तू मधेमधे का वाजवतोयस? भुंकू दे ना त्याला एकट्याला. त्याला संगीत थोडंस कळतं बाबा. मग तू वाजवायला लागल्यावर तो भुंकणार नाही तर काय होईल?"

असा प्रकार दोन-चार वेळा झाल्यावर राजाने तो नादच सोडला. नाही म्हणायला घरी गेल्यावर त्याने एक-दोनदा फ्ल्यूट वाजवण्याचा खटाटोप करून पाहिला पण तिथेही त्याला ते जमले नाही ते नाहीच. शेजारच्या लोकांनी सारख्या तक्रारी सुरू केल्या. घरात आजारी माणूस आहे म्हणून जो तो सांगू लागला. शेवटी राजाने घरी वाजवण्याची कल्पना रद्दच केली. पुढे तो काही दिवस कुठेतरी बाहेर वाजवत असे म्हणे. पण आसपासच्या लोकांनी पोलिसांकडेच तक्रारी केल्या आणि शेवटी पोलिसांनी शांतताभंगाचा आरोप ठेवून त्याला बिनभाड्याची खोली दाखवण्याची तंबी दिली, तेव्हा हा प्रकार थांबला असे ऐकले. खरे-खोटे देवाला माहीत!

तेव्हापासून राजाचा उत्साह खलासच झाला. पुन्हा कधी त्याने फ्ल्यूटचे नाव म्हणून घेतले नाही.

माझ्या ओळखीचा एकजण क्लॅरोनेट वाजवायला शिकत होता. त्याचीही अशीच चित्तरकथा झाली. दिवसा लोक तक्रार करतात म्हणून तो रात्री सराव करीत बसायचा. पण लोकांनी त्या घराचा धसकाच घेतला. एकदा तर अपरात्री घरी परत जाणाऱ्या चार-दोन लोकांनी त्याच्या घराजवळ धिटाईने उभे राहून कानोसा घेतला. मग दुसऱ्या दिवशी गावभर बोंब केली की, या घरात काल रात्री नक्की कुणाचा तरी खून झाला; खुनी माणसचाच्या धमक्या आणि मृताच्या किंकाळया दोन्ही आवाज आम्ही कसे लख्ख ऐकले. अगदी देवाशपथ!

गावात मग फारच घबराट झाली. पोलीस चौकशा झाल्या. नाना भानगडी. तेव्हापासून त्यानेही हा नाद सोडलाच.

सारांश काय, कलावंतांच्या बाबतीत हे जग एकंदरीने निष्ठुरच! त्यांच्या तपश्चर्येत विघ्ने कशी आणता येतील, इकडे लक्ष सगळ्यांचे!

बटाट्याचा खुरमा खाऊन बंडू फारच सुस्त झालेला दिसला. घटकाभर जरा फिरून येऊ म्हटले, तर त्याने चक्क नकार दिला. आम्हीही मग आग्रह केला नाही. त्याला नावेत तसेच सोडून आम्ही दोघे अलीकडच्या काठावर आलो. जरा पाय मोकळे करावे एवढाच हेतू. परत आल्यावर आम्ही त्याला हाक मारायची आणि त्याने नाव इकडच्या काठाला आणून आम्हाला तिकडे न्यायचे असे ठरले. मग

बंडूने आम्हाला अलीकडच्या काठावर आणून सोडले आणि तो माघारी फिरला. जाता जाता आम्ही त्याला बजावले,

"झोपी जाऊ नकोस हं! नाही तर घोटाळा करशील."

"छे: रे! तुम्ही अगदी बिनघोर माघारी या." बंडू म्हणाला, "तोपर्यंत मी पुस्तक वाचीतच बसतो. मग झालं?"

आम्ही मान डोलवली आणि बंडूने नाव पुन्हा पलीकडच्या काठाला नेली.

फिरत फिरत आम्ही बरेच पुढे गेलो. संध्याकाळ हळूहळू मावळली. चांगला अंधार पडू लागला. तरी नादात गप्पा मारीत आम्ही आपले पुढे चाललोच होतो. शेवटी कुठले तरी गावठाण लागले तेव्हा शुद्धीवर आलो, गावात जाऊन सहज चौकशी केली तेव्हा कळले की नदीकाठापासून आपण चांगले दोन कोस लांब आलो आहोत. गावाचे नाव कुगाव अगदी शोभण्यासारखेच होते. जुनी पडकी घरे, ढासळलेल्या भिंती, अर्धवट राहिलेले नवे चौथरे... यात बघण्यासारखे काय होते? शिवाय गुडूप अंधार. आता सरळ माघारी फिरावे, झपाटा मारावा. नाहीतर फार उशीर होणार –

किती वाजले असावेत हेही कळायला काही मार्ग नव्हता. घड्याळ आम्ही कुणीच बरोबर घेतले नव्हते. चौकशी करून परत निघेपर्यंत रात्रीचे नऊ तरी वाजले असावे. आता इथून परत दोन कोस तंगडतोड करायची या कल्पनेनेच अंगावर काटा आला. पण करतो काय? निरुपायाने निघालो. अंधारातून ठेचकाळत, धडपडत बरीच वाट तुडवली. पण नेमके कुठे आलो याचा पत्ता लागेना.

आधीच काळोखी रात्र. तशाच मध्येच झिमझिम पाऊस सुरू झाला. एकमेकांशी कुजबुजत त्या अंधाऱ्या, नि:स्तब्ध वातावरणातून आम्ही भराभरा पाय उचलत होतो. पण आपण पाहिजे त्याच दिशेला चाललो आहोत का भलतीकडेच निघालो आहोत, याचा काहीच उमज पडेना. मनात नाना विचार येऊ लागले. आमची नाव डोळ्यापुढे दिसू लागली. बंडू, मोत्या, नावेतल्या कापडी पडद्याआडचा दिवा, सगळे कसे लख्ख डोळ्यापुढे दिसू लागले. उगीचच भीती वाटू लागली.

नदीच्या पात्राजवळ आलो तेव्हा पुष्कळसे हायसे वाटले. निदान आमची चालण्याची दिशा तरी बरोबर होती म्हणायची. आता आपली नाव शोधायची एवढेच काम. ते काय चुटकीसरशी करू. त्यात आहे काय मोठेसे? वेळेचा अंदाज घेतला. साधारण बारा वाजायला आले असतील. चांगली मध्यरात्र झालेली दिसत होती.

राजाने विचारले, "काय रे, कुठल्या बेटावर आपली नाव आहे रे? आहे का तुझ्या लक्षात?"

"नाही बुवा." मी गंभीर होऊन म्हटले, "म्हणजे? एकून ही बेटं आहेत तरी किती?"

"चार."

"छान!"

"बंड्या जागा असला तर ठीक. नाहीतर आली पंचाईत."

"अन् झोपला असला तर?" मी शंका काढली. पण तिचा फारसा विचार करण्याच्या भानगडीत पडलो नाही.

पहिल्या बेटाच्या आसपास आल्यावर आम्ही थांबलो. मोठमोठ्यांदा ओरडून बंडूला हाका मारल्या – पण काही उत्तर आले नाही!

आणखी खाली गेलो. दुसऱ्या बेटाच्या जवळपास. पुन्हा ओरडलो. हाका मारल्या.

– पण तरीही काही उत्तर मिळाले नाही!

"हा, आत्ता आलं माझ्या ध्यानात." राजा म्हणाला, "अरे, तिसरं बेट ते. आपण मघाशी तिथंच नाव लावली ना. तुझ्या नाही लक्षात?"

मी मान हलवली. पण मनात म्हटले चला, बरे झाले आठवले; नाहीतर रात्रभर पावसात भिजत अन् अंधारात ताटकळत त्या नदीकाठालाच कुडकुडत बसायची पाळी आली असती.

तिसऱ्या बेटासमोरच्या काठाला आम्ही गेलो. जोरात ओरडलो. अगदी गळ्याच्या शिरा तुटेपर्यंत. पण उत्तर नाही. आवाज नाही.

आता परिस्थिती अधिकाधिक भीषण होऊ लागली. मध्यरात्र चांगली उलटून गेलेली. परत फिरावे म्हटले तरी आता ते शक्य नव्हते. तशा अंधारातून वाट काढीत, भिजत ठेंचकाळत आणखी खाली गेलो. चौथ्या बेटासमोरच्या भागात पुन्हा हाका मारल्या. बेंबीच्या देठापासून ओरडलो. पण तिथेही सगळी सामसूमच. आतापर्यंत भुरुभुरु पडणारा पाऊसही आता जोराने कोसळू लागला. हा काय प्रकार आहे, आपण नेमके कोठे आहोत, काहीच पत्ता लागेना. अंधारात सगळे कसे विचित्र वाटू लागले.

आम्ही पुन:पुन्हा ओरडलो. बंडूच्या नावाने हाका मारल्या. शेवटी निराश होऊन त्याचा नाद सोडून दिला. मटकन खाली बसलो.

– आणि त्याच क्षणी, एखाद्या नाटक-कादंबरीत घडीत तशी घटना घडली!

एकाएकी आमच्या समोरच्या झाडीत दिव्याचा अंधूक प्रकाश पसरलेला डोळ्यांना जाणवला.

पहिल्यांदा मला भुताखेतांची शंका आली. होय, न जाणो एखाद्या वेळेस भुते हातात दिवटी घेऊन निघालेली असली तर? त्याचा काय नेम सांगावा?... पण जरा डोळे बारीक करून पहिल्यावर आमची नाव दिसली त्या अंधारातही ती संथपणे पाण्यावर डुलताना अस्पष्ट दिसली आणि आमच्या सगळ्या शंकाकुशंका नाहीशा

झाल्या. मग आम्ही दोघांनीही पुन्हा हृदयभेदक किंकाळ्या मारल्या की, एखादा झोपी गेलेला काय, पण मेलेलाही जागा व्हावा.

सगळा श्वास आवरून आम्ही एक मिनिटभर थांबलो. वाट पाहू लागलो. थोड्या वेळाने मोत्याचे परिचित भुंकणे कानावर पडले. ते ऐकू आल्यावर अंगावर रोमांच उभे राहिले. आम्ही पुन्हा ओरडलो. हाका मारल्या. मग पाचच मिनिटांनी पलीकडच्या काठावरून नाव इकडे येताना दिसली.

तेव्हा आमचा आनंद काय वर्णावा!

नाव या काठाला अखेरीस लागली. पण बंडोबा तरीसुद्धा झोपेतच होते. त्याने अशा ठिकाणी नाव लावली की वा! आमच्या बापाच्यानेही तिथून नावेत चढून बसणे अशक्य होते. आणि नाव काठाला लावून स्वारी पुन्हा आडवी झाली. पुन्हा कितीतरी वेळ आरडाओरडा केला पण व्यर्थ!

त्याला उठवून नाव अलीकडे घेतली आणि नावेत चढलो. तोपर्यंत आणखी एक तास गेला असावा. आता रात्रीचे तीन तरी वाजले असतील, असे वाटले.

बंडूला झोपेतून जागे केले तेव्हा त्याची मुद्रा अगदी भेदरून गेल्यासारखी दिसली. आम्ही हलवून हलवून त्याला जागे केले, उठवले आणि विचारले,

"बंड्या, काय झालं रे?"

– तेव्हा तो पुन्हा डोळे मिटीत म्हणाला,

"काय सांगू? भयंकर भयंकर! फार भयंकर –"

"काय भयंकर?"

"तुम्ही गेलात ना तिकडच्या बाजूला – अन् मी तुम्हाला पोचवून पुन्हा इकडं आलो –"

"बरं मग!" आम्ही कुतूहलाने विचारले.

"इथं आल्याबरोबर दहा-पाच गिधाडे एकाएकी माझ्या अंगावर तुटून पडली."

"काय गिधाडं?" आम्ही ओरडलो.

"तर काय –"

असे म्हणून बंडूने आम्हाला फारच अद्भुत कथा सांगितली. त्याच्या बोलण्यावरून आम्हाला कळले की, सध्या ज्या ठिकाणी आम्ही मुक्काम ठोकला होता ते हे बेट म्हणजे घारी-गिधाडांचे निवासस्थान आहे. पहिल्यांदा एक दोन गिधाडांनी बंडूवर एकाएकी हल्ला केला. तो बंडूने कसाबसा परतून लावला. पण ही परत गेलेली गिधाडे आणखी दहा-पंधरा गिधाडांना घेऊन अर्ध्या तासाच्या आतच परत आली. सगळ्यांनी मिळून नावेवर जोराचा हल्ला चढवला. मग मात्र बंडूचे धाबे दणाणले. चार तास बंडू त्यांचा सतत प्रतिकार करीत होता. त्या वेळी मोत्या मात्र फार उपयोगी पडला. तो जवळ होता म्हणून बरे! त्याने भुंकून-भुंकून आणि पंजे मारून

मारून बरीच गिधाडे जायबंदी केली. काही तर ठार मारली. खरे म्हणजे त्यानेच बंडूला आज वाचवले म्हणानात. नाहीतर बंडू काही आज हातीपायी धड सापडत नव्हता!....

बंडूने सांगितलेली ही हकिकत ऐकून आम्ही अगदी थक्क होऊन गेलो. घटकेपूर्वीच आम्हाला त्याचा किती राग आला होता! सबंध रात्रभर त्याने आम्हाला ताटकळत ठेवले म्हणून मनातून आम्ही त्याला किती शिव्या दिल्या होत्या!... इकडे बिचारा बडू चार तास गिधाडांशी झगडून नुकताच कोठे झोपला होता आणि आम्ही त्याला एकटे सोडून गेलो होतो. ओ, न दिल्याबद्दल त्याच्या नावाने शंख करीत होतो!

आम्हाला आमची लाज वाटली. एखाद्या हुतात्म्याच्या चित्राकडे पाहावे तसे आम्ही बंडूकडे पाहू लागलो. मन कसे उचंबळून आले. मोत्याला तर कोठे ठेवू आणि कोठे नको असे होऊन गेले.

आम्ही दोघांनीही मोत्याला कुरवाळले. बंडूची 'भले वीर' म्हणून पाठ थोपटली. शेवटी राजाने विचारले,

''किती गिधाडं होती म्हणालास?''

पेंगत पेंगत डोळे मिटून बंडू म्हणाला,

''आं?''

''नाही, किती गिधाडं एकूण होती, विचारलं मी,''

''हा, हा... बत्तीस.''

''बत्तीस.''

''हा... बावीस.''

''आ? मघाशी तर तू पंधरा-वीस म्हणालास अन् –''

''छट्! मी मघाशी बाराच म्हणालो. हा, बारा... मला काय साधं मोजताही येत नाही असं वाटलं काय रे तुम्हाला?''

राजा आणि मी दोघेही एकमेकांकडे टकमक पाहू लागलो.

बंडूला चांगलीच झोप येत असल्याचे दिसत होते. आमच्याही डोळ्यांवर झापड येऊ लागली. म्हणून आम्ही हा संवाद पुढे जास्त वाढवला नाही. उद्या सकाळी बंडूला सविस्तर विचारू सगळे, असे ठरवून आम्ही झोपी गेलो.

रात्रभर नीट झोप लागली नाही. स्वप्नात ती गिधाडे आली. त्यांनी आमच्यावर कितीतरी वेळा हल्ला केला. दचकून दचकून आम्ही रात्रभर एकसारखे जागे होत होतो.

बंडूच्या अंगावर एकूण खरोखर किती गिधाडे आली होती आणि नेमका काय प्रकार घडला हे आम्हाला कधीच कळले नाही. दुसऱ्या दिवशी सकाळी उठल्यावर

आम्हाला आठवण झाली. पण बंडूला विचारले तेव्हा त्याने कानावर हात ठेवले. चेहरा अत्यंत आश्चर्यचकित करून त्याने विचारले,

''गिधाडं? म्हणजे ही काय भानगड आहे बुवा? तुम्हाला रात्री काहीतरी वेडीवाकडी स्वप्नं पडलेली दिसताहेत!''....

☐

चौदा

दुसऱ्या दिवशी जाग्रणामुळे उशीराच उठलो होतो. आता निघायचे होते. जाण्यापूर्वी थोडेसे खाऊन घ्यावे असा बंडूचा आग्रह दिसला. आम्ही त्याच्या आग्रहाला मान दिला. सगळ्यांनीच तो कार्यक्रम यशस्वी रीतीने पार पाडला. मग आवराआवर केली. सामानसुमान नावेत नीटनेटके भरले आणि दहा अकराच्या सुमारास पुढे निघालो.

आता नाव कुणी वल्हवायची?

सहलीच्या सुरुवातीपासून ही भांडणे सुरू झाली होती. बंडूला वाटत होते की, मी आणि राजाने वल्ही मारावी आणि आपण नुसती देखरेख करावी. मला त्याचे हे म्हणणे बिलकूल पटत नव्हते. खरे म्हणजे त्याने आणि राजानेच आता वल्ही हातात घ्यायला हवी होती. खरी विश्रांतीची गरज मलाच आहे हे त्यांनी ओळखायला नको होते का? सहलीच्या सुरुवातीपासून कामाचा भार माझ्या एकट्यावरच पडतो आहे, हे या दोघांच्या लक्षात आले नसेल काय? 'तू बाळू आता विश्रांती घे,' असे यांनी आपणहून म्हणायला पाहिजे होते की नको?

पण तसे कुणी लेकाचा बोलला नाही. माझे हे नेहमी असे होते. वाजवीपेक्षा नेहमी जास्त काम करावे लागते. म्हणजे माझी कामाबद्दल तक्रार नाही बरे का. उलट काम करणेच मला आवडते. मला सवयच आहे तशी. मी आपला नेहमी एखादं काम समोर घेतो आणि तासन्तास त्याकडे पाहात राहतो. कामापासून लांब बाजूला राहावे ही कल्पनाही मला सहन होत नाही.

आणि आपल्या कामाबद्दल मला काळजीही किती वाटते म्हणून सांगू! माझ्याकडे आलेली काही कामे वर्षानुवर्षे तश्शी माझ्याकडे आहेत, पण त्या कागदावर एक डाग कुठे आढळायचा नाही, हं!... मला भारीच भूषण वाटते बरे

का त्याबद्दल. अधूनमधून ते कागद काढून, त्यावरची धूळ झटकून अगदी स्वच्छ ठेवीत असतो मी सगळे. आपल्या कामाची इतकी काळजी कितीजण घेत असतील?

माझे आणखी एक वैशिष्ट्य आहे. मला कामाचा इतका सोस आहे ना, पण तरीसुद्धा मी आप्पलपोटा बिलकूल नाही. आपल्या वाट्याला येईल तेवढेच काम घ्यायचे. जास्ती कामाची अपेक्षा चुकून करायची नाही. कधी कुणाला काम द्या म्हणून पाठीमागे लागायचे नाही, असा आपला माझा स्वभाव आहे. पण काय करावे? न मागता काही वेळेला कामे माझ्याकडे येतात. त्याचा मात्र डोक्याला भारी ताप होतो.

माझे हे म्हणणे मी राजाला ऐकवले, तेव्हा त्याने तोंडावर आश्चर्य प्रकट केले म्हणाला,

"बाळू, किती चावटपणा अंगात आहे रे तुझ्या? तुला जास्त काम पडतं काय? अरे मूर्खा, तुझी कल्पना अत्यंत चुकीची आहे. समजलास?... वास्तविक करायला पाहिजे त्याच्या निम्म्यानंही कामं करीत नाहीस तू अन् लागलाहेस मोठा बोलायला! –"

राजाच्या या बोलण्याला काय उत्तर द्यायचे? मला जरा बरे वाटावे, म्हणून तो हे बोलत असावा. दुसरे काय?

आमचा प्रवास सुरू झाला तेव्हापासून मी पाहातो आहे. ज्याला त्याला वाटते, आपणच सगळे काही करतो. बंड्याला लेकाच्याला वाटते की आपण काय ते खरे कष्टाळू; हे बाकीची दोघे – म्हणजे मी आणि राजा – निव्वळ कामचुकार. पण स्वत: बंडूचे काय? खाणे आणि झोप यापलीकडे त्याने काही केले आहे, यावर राजाचा मुळीच विश्वास नाही. त्याची पक्की समजूत आहे की खरे काम काय ते आपण एकट्याने केले; बाकीचे दोघे उगीच आपले आहेत झाले! नुसते आळशीनंदन. बापजन्मात काम करायचे कधी ठाऊक आहे का यांना?

राजाने आपला हा अभिप्राय तोंडाने व्यक्त केला, तेव्हा बंडूलाही वाचा फुटली.

"काय म्हणतोस राजा तू? तू अन् काम? ह्यॅ: ह्यॅ:!... काम करीत एके ठिकाणी अर्धा तास तरी बसलाहेस का कधी तू? अरे वा रे! –"

– मग माझ्याकडे वळून त्याने विचारले,

"बाळू –"

"आँ?"

"काय रे, तूच सांग. ह्या राजाला काम करताना कधी पाहिलं आहेस का तू? खरं सांग हं."

मी तात्काळ मान हलवली.

"छट्! आपण तर बुवा नाही पाहिलं हं कधी."

''घे.'' बंड्याने विजयी मुद्रेने राजाकडे पाहिले.

मग राजाही पुढे सरसावला.

''पण मी काम केलं का नाही हे तुला कळायला काय मार्ग बुवा?'' तो कपाळाला आठ्या घालून म्हणाला, ''तू तर नेहमी झोपलेलाच असायचास. कायरे बाळू, एक जेवायची वेळ सोडली तर हा गृहस्थ कधी जागा असल्याचं तुला आठवतं का? नाही, तूही आता खरं बोल हां.''

आता काय करणार? खरे बोलणे मला प्राप्तच झाले. राजाच्या म्हणण्याला रुकार देणे भागच आले मुळी. खरोखरच बंडूने काडीमात्र काम केले नव्हते. मला ते कबूल करावेच लागले.

''खरं आहे. बंडूनं तसं काही काम केलेलं नाही ही गोष्ट मात्र अगदी खरी.''

आता बंडूही चिडलेला दिसला.

''ते खड्ड्यात जाऊ दे. काही झालं तरी एक गोष्ट राजा, तुला कबूल करावीच लागेल –''

''कोणती बुवा?''

''या बाळ्या गधड्यापेक्षा मी नक्कीच जास्ती काम केलंय. काय, खरं की नाही.''

''हा, हे मात्र खरं,'' राजा म्हणाला, ''त्याच्यापेक्षा काम कमी तू करणार तरी कसा? बाळ्यानं लेकाच्यानं एक काडी इकडची तिकडे केली नाही.''

''आता कसं बोललास!''

''मला वाटतं, बाळू स्वतःला उतारू समजतो बोटीतला.''

''हा, अन् आम्ही नावाडी –''

म्हणजे पाहा बरे! लोणावळ्यापासून इथपर्यंत या दोघा मूर्खांना असल्या रद्दड नावेतून सुखरूप आणले, सगळ्या कामावर सतत देखरेख केली, सगळ्यांच्यासाठी राबराब राबलो त्याचे हे बक्षीस बरे का! जाऊ द्या झाले. हे जगच असे अन्यायांनी भरलेले आहे. त्यांचा बिचाऱ्यांचा यात काय दोष?

या मुद्द्यांवर पुष्कळ वादविवाद झाला. आरोप, प्रत्यारोप, भांडण-तंटे झाले. शेवटी नेहमीप्रमाणे तडजोड झाली. बरीच चर्चा केल्यावर असे ठरले की, सगळ्यांनी यापुढे सारख्या प्रमाणात वल्हवायचे. कुणी कमी नाही अन् जास्ती नाही. पुढचे गाव येईपर्यंत त्या दोघांनी वल्हवायचेच. तिथून पुढे एकट्याने मी ते काम करायचे.

बारा वाजण्याच्या सुमारास आम्ही बिबेवाडीला येऊन पोचलो. इथे नदीचे पाणी अगदी घाणेरडे झालेले दिसले. हा नेहमीचाच अनुभव. गाव जरा मोठे असले की नदीचे पाणी घाण असेल ही खूणगाठ मनाशी कुणीही बांधावी. बिबेवाडी गाव नावालाच नुसती वाडी होते. पण दिसले चांगले मोठे. अगदी तालुक्याच्या

गावाएवढे. नावेतूनच पाहिले. गावाभोवती तटबंदी दिसली. जीर्ण-शीर्ण झालेली, कुठेकुठे ढासळलेली, कसाबसा जीव धरून राहिलेली. गढीवजा वाड्याचे अवशेषही डोळ्यात भरले. त्यावरून वाटले की हे गाव इतिहासकाळात कदाचित प्रसिद्ध असावे. पुण्याच्या जवळपास असलेले हे गाव न जाणो, कुणा मराठा सरदाराचे वतनी गाव असेलही. कितीएक सरदार-दरकार, मुत्सद्दी मंडळी इथे येऊन आपली पायधूळ झाडून गेली असतील, आत वाड्यात त्यांची खलबते चालली असतील आणि बाहेर मोतद्दारांनी धरून ठेवलेले त्यांचे अबलख घोडे फुरफुरत, टापा मारीत धूळ उडवीत असतील. याच काठाला येऊन ते पाणी पीत असतील. न जाणो, याच गावच्या आसपास इथे एखादा रोमहर्षक रणसंग्राम घडला असेल!....

जुना स्फूर्तिप्रद इतिहास माझ्या डोक्यात पुन्हा जिवंत होत होता. पण तेवढ्यात बंडूने मला गदागदा हलवले.

"बाळू, आमची पाळी संपली हां. आता तुझी हं, चल घे वल्ही हातात अन् लाग कामाल. आता टंगळमंगळ चालायची नाही. समजलास?"

मी भानावर आलो. तसल्या त्या दिव्य, विलक्षण अनुभवाच्या सृष्टीतून मला खसकन् बाहेर ओढले म्हणून चांगलाच चिडलो. खरे म्हणजे गाव इतक्या लवकर आले होते की मला लगेच वल्हवायला सांगणे अगदी अन्यायाचे होते. पण माझा हा युक्तिवाद दुर्दैवाने त्या दोघांनाही पटल्यासारखा दिसेना. मी जसजसे माझे म्हणणे त्यांना पटवून देण्याचा प्रयत्न करू लागलो तसतशा त्यांच्या मुद्रा तांबड्यालाल होऊ लागल्या. तेव्हा मी मुकाट्याने वल्ही हातात घेतली. निष्कारण मूर्खांशी वादविवाद कशाला?

गाव मागे टाकून सुमारे मैलभर खाली गेलो. दोन्ही बाजूला समोरासमोर आलेल्या आवळ्या-जावळ्या वस्त्या लागल्या. लहानच पण टुमदार झोपड्या निसर्गाच्या ऐन गर्भातच वसल्यामुळे त्यांची शोभा काही वेगळीच वाटत होती. निसर्गाने आपले देणे इथे भरभरून उधळले होते. खरे म्हणजे आम्ही इथे थांबणार नव्हतो. पण नदीचे रूप इथे फार मोहक वाटू लागे म्हणून थांबलो. संथ निळे पाणी, हिरवेगार डोंगर, थंडगार वारा आणि डोळे निववणारी गर्द वृक्षराजी....

नाव कडेला घेऊन कितीतरी वेळ ह्या दृश्याकडे अतृप्त दृष्टीने पाहात होतो!

थोडा वेळ थांबून आम्ही पुढे निघालो. एक फर्लांगभरच पुढे गेलो असू-नसू, नदीच्या पात्रात लांब कसली तरी काळसर वस्तू तरंगत असल्याचे राजाला दिसले. जवळ गेल्यावर राजाने वाकून पाहिले. काहीतरी चमत्कारिक दिसले म्हणून जवळ ओढून पाहिले आणि –

– आणि एक मोठी किंकाळी फोडून तो मागे सरकला. त्याचा चेहरा पांढरा फटफटीत झाला होता.

आम्हीही दचकलो. न्याहाळून बघितले –

ते एका बाईचे प्रेत होते!

पाण्यावर तिचे शरीर अलगद तरंगत होते. चेहरा कसा शांत आणि गोड दिसत होता. खरे म्हणजे तो काही सुंदर चेहरा नव्हता. अकाली वार्धक्य आलेला, रोडका आणि फिकट. त्यात सौंदर्य कसे असणार? पण तरीही ती मुद्रा मोठी शालीन आणि मोहक वाटत होती. दारिद्र्य आणि दुःख यांच्या खुणा दिसत असूनही ते तोंड मोहक राहिले होते आणि त्यावर पसरलेला विलक्षण शांतीचा भाव!... दीर्घकाल आजारी असलेल्या माणसाचा आजार एकदा कायमचा संपला म्हणजे जी काही विलक्षण शांती त्याच्या मुखावर पसरलेली दिसते, त्याच विलक्षण शांतीने हेही मुख उजळले होते.

क्षणभर आमची मने विषण्णतेने भरून आली. खिन्नतेने सगळे वातावरण भरून गेले. मन कसे उदास झाले. न जाणो या भानगडीत आपण निष्कारण अडकू, या भीतीने आम्ही तिथे फार वेळ थांबलो नाही. काहीतरी उदासवाणे विचार मनात करीत आम्ही पुढे निघालो. एक शब्दही न बोलता निघालो.

मागाहून त्या बाईची सगळी कथा आम्हाला समजली. काही लोकांच्या तोंडून. काही वर्तमानपत्रातून. कथा निराळी काय असणार? तिने कुणावर तरी प्रेम केले आणि कुणीतरी तिला फसवले होते किंवा तिने स्वतःचीच फसवणूक करून घेतली होती म्हणा हवे तर!... घरच्या लोकांनी नावे ठेवून तिला घराबाहेर काढली होती. आपल्या हातून घडलेला पापाची तिला फार मोठी शिक्षा मिळाली होती. त्या शिक्षेतून तिला मग बाहेर कधी पडता आलेच नाही. आपण आणि आपले मूल– दोघांच्याही देहाचा कसाबसा सांभाळ करीत ती कुठेकुठे भटकली. पण हे किती दिवस चालणार? दुःख, यातना, उपासमार... हेच तिच्या नशिबी आले. पुढे पुढे जगणे अशक्य झाले. नाना परीने धडपड केल्यानंतर शेवटी निराश होऊन तिने मन घट्ट केले. आपल्या पोटच्या गोळ्याची अखेरची गाठभेट घेतली. त्याला डोळे भरून पाहिले. दोन्ही हातात धरून कवटाळले. मटामट मुके घेतले आणि अखेरीस भग्न मनाने त्याला खाली ठेवले. कनवटीला शेवटचे दोन पैसे होते. त्याचा खाऊ आणून त्याच्या हातावर ठेवला आणि मग संपले. सगळेच संपले!

या अभागिनीने मृत्यूला कवटाळण्यासाठी हे स्थळ काय म्हणून योजले असेल? आयुष्यातला सर्वांत दाहक अनुभव तिला कदाचित याच ठिकाणी तर आला नसेल? असेलही. कारण ज्या गोष्टीविषयी अत्यंत तिरस्कार वाटावा त्याच गोष्टीविषयी एक विचित्र ओढही असावी, हा स्त्रीच्या मनाचा धर्मच आहे. तशीच काही चमत्कारिक ओढ तिला या स्थळाबद्दल वाटली असेल काय? कदाचित असेही असेल की, या गर्द झाडीने, या सावल्यांनी, खळाळणाऱ्या या पाण्याने,

खाली वाकून पाण्याशी कुजबुज करणाऱ्या या फांद्यांनी तिच्या आयुष्यातील सर्वांत आनंदाचे क्षण डोळे भरून पाहिले असतील! हे आनंदाचे हरवलेले क्षण शोधीत एखाद्या वेड्यासारखी ती इथे भटकली असेल. मग दिवस संपून अखेरीस रात्र झाली असेल. या नदीच्या संथ पाण्यावर धूसर संधिप्रकाशाचा उदासवाणा रंग पसरला असताना तिने आपले दोन्ही बाहू उंच उभारून या निःस्तब्ध नदीला गाढ आलिंगन दिले असेल. तिचे सुख आणि दुःख दोन्हीही जाणणाऱ्या नदीला तिने कडकडून मिठी मारली असेल. आणि मग या जलवाहिनीने तिला आपल्या प्रेमळ, मृदू बाहूत सामावून घेतले असेल. दुःखाच्या भारांनी थकून गेलेले तिचे मस्तक आपल्या हृदयाशी धरून ते थोपटले असेल, कुरवाळले असेल. तिच्या वेदना पार नाहीशा केल्या असतील!....

बाई, तुझे असेच काही झाले का ग?

☐

पंधरा

फुलेगावला मुक्काम करायचा असे आधीच ठरले होते. एकतर पुण्याच्या आसपास आम्ही येऊन पोचलो होतो. हा शेवटचा मुक्काम होता. तेव्हा इथे भरपूर विश्रांती घ्यावी, ताजेतवाने व्हावे आणि एका टप्प्यात पुणे गाठावे, असे आम्ही ठरवले होते. म्हणून फुलेगाव आले तेव्हा आम्ही नाव कडेला घेतली आणि दोर झाडाला बांधला. नदीला या ठिकाणी लहानसा घाट होता. घाटाच्या वर धर्मशाळेच्या ओवऱ्या होत्या. पडके देऊळ उभे होते. या ओवऱ्यांत रात्री बाडबिस्तारे टाकावे असे राजाने सुचविले. आम्हाला ते एकदम पटले. नावेतल्या कापडी कनातीत अंग अवघडून झोपण्याचा आता कंटाळा आला होता. जिथे शक्य असेल तिथे मोकळ्यावर ऐसपैस पडायचे असे ठरलेच होते. म्हणून त्या रात्री ओवऱ्यातच अंथरुणे टाकली. गार वाऱ्याने चांगली झोप लागली.

दुसरा सबंध दिवसही तिथंच आळशासारखा बसून घालविला. एवीतेवी इथे वेळ घालवणारच तर कपडे तरी धुऊन टाकू या, असा बूट निघाला. पुण्याला पोचल्यावर चार चांगले कपडे अंगावर पाहिजेत, हे सगळ्यांनाच मान्य होते. सध्याचे कपडे त्या अवस्थेत नाहीत हेही खरे होते. कपडे धुवायला विरोध नव्हता. पण ते स्वत: धुवायचे या गोष्टीला आमची हरकत होती. नाव वल्हवून खांदे मोडायला आले होते. आता कपडे धुणे ही गोष्ट मुळीच जमण्यासारखी नव्हती. स्वत: कपडे धुवायला हरकत असायचे आणखी एक कारण होते. राजाच्या देखरेखीखाली हा उद्योग अगदी एक-दोनदा करून बघितला होता. पण त्यात फारसे हाती लागले नाही. फारसे कसले, काही हाती लागले नाही म्हणाना. कारण धुण्यापूर्वी हे कपडे ज्या स्थितीत होते त्याहीपेक्षा धुतल्यानंतरची त्याची अवस्था फार भयंकर होती. धुण्यापूर्वी हे कपडे भलतेच मळले होते ही गोष्ट खरीच; पण

ते निदान अंगात घालावे, असे तरी होते. आम्ही ते धुतले मात्र – अहाहा! काय सांगावे? जिथे जिथे आम्ही कपडे धुतले तिथले नदीचे पाणी एकदम स्वच्छ होऊन गेले. कारण नदीच्या पाण्यातली सगळी घाण धुताना आमच्या कपड्यात येऊन उतरली!

हा अनुभव आमच्या जमेला होता. म्हणून स्वत: कपडे धुवायचे आम्ही एकदम नाकारले.

बंडू म्हणाला,

''आहे, एक युक्ती आहे –''

आम्ही प्रश्नार्थक मुद्रेने त्याच्याकडे पाहू लागलो.

''गावातल्या परटिणीला बोलावून आणतो. देऊ चार पैसे तिला. आहे काय अन् नाही काय?''

आणि भराभरा गावात जाऊन स्वारीने एक बाई पैदा करून आणलीही. आणि अगदी अर्ध्या तासात.

बाई बरी होती. फक्त तिचा एक डोळा कामातून गेला होता आणि दुसरा तिरळा होता इतकेच. तिला काय दिसत होते हा प्रश्न होता. एरवी बाई ठीक होती.

बंडू म्हणाला,

''ही धुईल आपले सगळे कपडे.''

आम्ही तिच्याकडे न्याहाळून पाहिले. मग मुकाट्याने कपड्यांचा ढीग करून तिच्यासमोर टाकला. बोहारणीच्या थाटात तिने सगळे कपडे उलथेपालथे केले, मग तोंड वर करून ती म्हणाली,

''हमेशा मी दोन पैशे घेत असते एका कापडाला –''

''चालेल.'' आम्ही मान डोलावली.

''पण ही कापडं लईच गदळ हायती!'' तिने नाक मुरडले, ''योक-योक आना घीन मी. बगा. वाटलं टाका न्हाई तर ऱ्हावू द्या.''

आमच्या कपड्यांची स्थिती इतकी भयंकर झाली होती तर! दुप्पट पैसे द्यावेत इतकी? आणि तशा डोळ्यांनीसुद्धा तिला ही घाण दिसत होती काय?

आम्ही फार लाजलो.

ती म्हणेल ती गोष्ट मुकाट्याने कबूल केली. पण तिलाही चांगलाच हिसका बसला. संध्याकाळ होईपर्यंत ती घाटावर बसून मळ काढीतच होती. साबण लावीत होती. धूत होती. पुन्हा आपटत होती. प्रत्येक कपडा थोडासा स्वच्छ व्हायला फक्त अर्धा तास लागला.

त्या सबंध दिवसात आमचा एवढाच कार्यक्रम झाला. दुसऱ्या दिवशी भल्या पहाटेच पुढे निघालो.

आता इथून मात्र नावा येताना जाताना दिसू लागल्या. एक तर पुणे अगदी जवळच आले होते. शिवाय जवळपास कुणाकुणाचे बोटिंग क्लब होते. त्यामुळे अधूनमधून नावा भेटल्या. नदीचे पात्र इथे चांगलेच रूंद आणि खोल होते. जलविहाराला तरी सोयीस्कर जागा होती, यात काही संशय नव्हता.

दुपारपर्यंत संगमावर जाऊन पोचायचे या हिशेबाने आम्ही लवकर निघालो होतो. बाहेर उघड्यावर मुक्काम असला म्हणजे माणूस आधीच लवकर जागे होतो. त्यातून पुणे जवळ आल्याची जाणीव. तीही ओढ आता लागली होती. पाचसहा दिवस नावेत काढून आम्ही कंटाळलो होतो. शहरांची स्वच्छ, सुरेख रस्त्यांची, माणसांची, गर्दीची आम्हाला भूक लागली होती. आम्हाला एकटेपणा खायला उठला होता. अंधाराची, पाण्याची, निसर्गशोभेची मिठी बसली होती. आता गर्दीत हरवून जायचे. प्रखर प्रकाशातून ऐटीने मिरवायचे. उंच इमारती चढायच्या आणि उतरायच्या. तोंड दुखेपर्यंत इतरांशी बोलायचे. उत्तमोत्तम खाद्यपेयांवर ताव मारायचा....

आता काठाने सारख्या लहान लहान वस्त्या लागत होत्या. माणसांची वाढलेली वर्दळ डोळ्यांना जाणवत होती. लांबवर आगगाड्यांचा खडखडाट ऐकू येत होता. दोन्ही कडेला असलेली झाडी मध्येच विरळ झाली की दूरची घरे, इमारती अस्पष्ट दिसत होत्या. खडकीजवळच्या भागातून खाली गेलो तेव्हा तर पुणे आल्याचा भास सारखा होऊ लागला.

होळकर पुलाकडून संगमाकडे जाताना नदीचे पात्र धोक्याचे आहे हे आम्हाला माहीत नव्हते. इथले पाणी फारच चमत्कारिक दिसले. नाव फारशी न वल्हविता प्रवाहाबरोबर आम्ही मुकाट चाललो होतो. थोड्या वेळाने आपोआप नाव उजव्या बाजूला वाहत गेली. मग एकाएकी जी वळली ती डाव्या काठाला येऊन थडकली. नंतर एकदम मध्यभागी येऊन गरागरा स्वत:भोवती फिरत राहिली. थोड्या वेळाने ती उलट दिशेलाच चालली. नंतर पुन्हा खाली उजव्या बाजूला वाहात गेली.

असा प्रकार तीन-चारदा झाला तेव्हा आम्ही बिचकलो. काही तरी बिघडले आहे असे वाटू लागले.

राजा म्हणाला, ''नाव आपली पिसाळली असावी. त्याशिवाय असं वेड्यासारखं करायची नाही आं?''

बंडू म्हणाला,

''अरे हॅट्! काही तरी बोलू नकोस.''

''काही तरी नाही. तिला जरा घटकाभर विश्रांती देऊ या आपण.''

''नावेला काही झालेलं नाही.'' बंडू ठासून म्हणाला, ''इथपर्यंत नदीनं आपल्याला सुखरूप आणलं ना? एक नारळ निदान टाकायला नको तिला?''

मला दोघांचेही म्हणणे पटले. इतके दिवस फिरून फिरून नावेला भोंड आली

असणे शक्य होते. आणि नदीला नारळ अर्पण करणे ही गोष्ट तर केव्हाही इष्ट अशीच होती. दिवस-रात्र आम्ही तिच्या कडेवर होतो. दिवसा तिने आम्हाला निसर्गाची नाना रूपे दाखवली होती. ती कामरूपिणी सृष्टी पाहून आमचे डोळे निवले होते. रात्री याच नदीचे आमच्यावर मायेची पाखर घातली होती. रक्षण केले होते. तिच्याविषयी एवढी तरी कृतज्ञता नको काय?

चौथ्यांदा नाव उजव्या बाजूला येऊन थडकल्यावर आम्ही तिचा अधिक अंत पाहिला नाही. मुकाट्याने नावेतून उतरून तिला जरा वेळ विश्रांती दिली. पिशवीतला नारळ काढून तो पद्मावतीला अर्पण केला. मग एकमेकांना सिगरेटी अर्पण केल्या. धूर काढीत जरा वेळ गप्पाटप्पा केल्या. नंतर नावेचा दोर हातात धरून नाव थोडीशी खाली नेली. मग पुन्हा नाव पाण्यात घातली. पुढे निघालो.

मग मात्र काही त्रास झाला नाही. थेट निघालो ते संगमावरच येऊन पोचलो.

एका बाजूने मुळा, एका बाजूने मुठा आणि ही आमची पद्मावती नदी. मधल्या धारेत नाव आली तेव्हा संगमाचे विशाल स्वरूप पाहायला मिळाले. पात्र संथ होते. डोक्यावरचा सूर्य किंचित कलला होता. गार वारा मध्येच अंगाला झोंबून काटा आणीत होता आणि कडेचे हिरवेगार गवत मनाशीच डोलत होते.

समोर पाहिले तो संगमावरचे प्राचीन शिवमंदिर आमच्याकडेच टवकारून पाहात होते. रेल्वेच्या पुलावरून कुठलीशी गाडी लगबगीने निघाली होती. लांब पलीकडे वाहनांची, पादचाऱ्यांची धावपळ चालली होती. नाना प्रकारचे सूर मिसळून झालेला कोलाहल अस्पष्ट ऐकू येत होता. सभोवताली लांबपर्यंत घरे, इमारती पसरल्या होत्या. मंदिराचा घाट माणसांनी गजबजला होता आणि आमची नाव तिकडेच वळत होती!

– अरे! म्हणजे शहर, पुणे अखेर आले तर!

□

सोळा

पुण्यात दोन दिवस फार मजेत गेले. आम्ही भरपूर विश्रांती घेतली आणि हिंडलोही खूप. बंडूला इथल्या हॉटेलांची बिनचूक माहिती आहे. त्याच्या शिफारशीनुसार आम्ही निरनिराळ्या ठिकाणी निरनिराळ्या पदार्थांची चव घेऊन बघितली. कुठे मिसळ, कुठे दहीवडा तर कुठे घावन. पाचही दिवस वखवखलेल्या जिभा तृप्त झाल्या. भटकण्यातही फार मजा आली. पर्वतीवर चढून आम्ही पुणे शहराचा विहंगम देखावा पाहिला. तिथून चतुःशृंगी पाहिली. मग चतुःशृंगीवर जाऊन पर्वती पाहून घेतली. त्याशिवाय आणखी पुष्कळच भटकलो. संभाजी उद्यानात जाऊन आम्ही ओंकारेश्वराची स्मशानभूमी बघत बसलो आणि खिन्न मनाने परत आलो. पेशवे उद्यानात हत्तीवर बसायला मिळते म्हणून आम्ही तिकडेही गेलो होतो. पण हत्ती त्या दिवशी आजारी होता म्हणून आमचा तो बेत हुकला. बंडू तेवढ्यात एक आण्याचे तिकीट काढून 'फुलराणी'त घुसत होता. पण आत डब्यात बसलेल्या बायकापोरांनी एकदम किंकाळी मारल्यामुळे तिथला कंडक्टर धावत आला. त्याने बंडूला हुसकून बाहेर काढले. पुरुषांना फुलराणीत बसण्याची बंदी असणे, ही गोष्ट किती अन्यायाची आहे हे, बंडू तावातावाने बराच वेळ आम्हाला पटवून देत होता!...

खरे म्हणजे आणखी भटकावे असे आमच्या मनात होते. पण तेवढ्यात पावसाने संतत धार सुरू केल्यामुळे हिंडणे कठीण झाले. दोन दिवस तर पुढचे अगदी फुकट गेले. येऊनजाऊन मोत्या तेवढा पुण्यात आल्यापासून अगदी खुशीत होता. पुण्यात रस्त्यावर मोकळी हिंडणारी कुत्री फार. मग काय विचारता? त्याला मोठेच घबाड सापडले! आदल्या दिवशी त्याने अकरा ठिकाणी भांडणे केली. आणि दुसऱ्या दिवशी चौदा ठिकाणी मारामाऱ्या केल्या. एकंदरीत मोत्याचा चेहरा असा

काही खुलला होता की वा! आपण बहुतेक स्वर्गातच आलो आहोत अशी त्याची बहुधा समजूत झाली असावी!

असे दोन दिवस गेले. पण आभाळ तेवढ्यात निवळले. पाऊसही उघडला. तेव्हा आम्ही पुण्याचा मुक्काम उठवला. परत निघालो. संगमावर कोळ्याच्या ताब्यात दिलेली नाव ताब्यात घेतली आणि हाकारली तेव्हा वातावरण मोठे प्रसन्न होते. पाण्याच्या लवथवत्या लाटावर उगवत्या सूर्याचे किरण पडून चमचमत होते. झाडांचे माथे सोनेरी मुलाम्याने झगमगत होते. वारा संथ वाहात होता. कडेच्या गर्द झाडीत ऊन-सावलीचा पाठशिवणीचा खेळ चालला होता. पाखरांची अस्पष्ट पण रम्य कुलकुल सतत कानी पडत होती. एकंदरीत सगळी सृष्टी कशी प्रसन्न हसतमुख दिसत होती. आणि आम्हाला वाटत होते की, आपला परतीचा प्रवासही असाच मजेत होणार!

पण हे प्रसन्न वातावरण फार काळ टिकले नाही!

पुण्याचा परिसर सोडून आम्ही पुढे गेलो न गेलो तोच पाहाता पाहाता आभाळ भरून आले. काळ्याकुट्ट ढगांची दाटी होऊन राहिली. जोराची वावटळ सुटली. ऊन नाहीसे झाले आणि भर सकाळीच काळोख पडल्यासारखे वाटू लागले. हा... हा, म्हणता पावसाचे टपोरे थेंब सगळीकडे तडातडा वाजू लागले आणि थोड्या वेळातच जोराचा पाऊस कोसळू लागला. किंचित गढूळ असलेल्या पाण्यावर पावसाचे मोठाले थेंब फार वेगाने पडू लागले. त्याचा काहीएक विचित्र ध्वनी वातावरणत उमटत राहिला. अंधाऱ्या खोलीत बसून गुडघ्यात मान घालून स्फुंदून स्फुंदून रडणाऱ्या एखाद्या अभागी स्त्रीप्रमाणे आम्हाला सगळे वातावरण वाटू लागले. भोवतालची झाडी दिवसाउजेडी दाट आणि निःस्तब्ध काळोखात बुडून गेल्यासारखी भासू लागली. त्यामुळे मनात उगीचच भीतीचं काहूर उठले. भुताटकीने भारलेल्या एखाद्या विचित्र प्रदेशात आपण सापडलो आहोत, असे सारखे मनात येऊ लागले.

सूर्यप्रकाश नसला की निसर्गाचे रूप काय बदलू जाते! उजेड नाहीसा झाला मात्र, हीच धरित्री आमच्याकडे कालिका देवीच्या उग्र डोळ्यांनी पाहू लागली. सृष्टीचे हे रौद्र स्वरूप पाहून आमचे काळीज लटलटू लागले. मनात नाना विचारांनी पिंगा घातला. आम्ही या सृष्टीला ओळख देण्याचा प्रयत्न केला, पण आता ती आम्हाला ओळखीत नव्हती. परिचयाची पुसट रेषाही तिच्या मुद्रेवर कोठे दिसत नव्हती. आमच्यावर आता तिचे प्रेम नव्हते. पती मरण पावल्यानंतर एखाद्या दुर्दैवी विधवेच्या बुद्धीला जो बधिरपणा काही काळ लपेटून राहतो, तीच बधिरता आता तिच्या ठायी अवतरली होती. आम्ही तिची लेकरे तिची हनुवटी वर करून मोठ्या आशेने तिच्या मुखाकडे पाहात होतो. पण तिच्या मुखावर हास्याचे अस्पष्टही चिन्ह आढळत नव्हते.

आधीचा उलटा प्रवास नाव वल्हवणे मुळातच जिकिरीचे. त्यातून अंगावर मुसळधार पाऊस. मग काम व्हावे कसे? तरी कशीबशी काही वेळ आम्ही निभावली. नाव मोठ्या नेटाने पुढे नेली. भर पावसात नाव वल्हविण्यातही मोठी गंमत आहे, अशी आम्ही पहिल्या पहिल्यांदा बतावणी केली. नदीचे आणि निसर्गाचे हेही दर्शन फार मनोहर आहे; तेही आपण कधीतरी घ्यायलाच पाहिजे असे आम्ही एकमेकांना सांगू लागलो. वा! काय मजा आहे! हा: हा:! असे उगीचच उद्गार काढून एकमेकांना धीर देऊ लागलो.

खरे सांगावयाचे म्हणजे पहिल्यांदा आम्हाला खरोखर गंमत वाटली. निदान मला आणि बंडूला तरी तसे वाटले. क्षणभर आम्ही कल्पना केली की आपण भटक्या जमातीतलेच लोक आहोत. उनपावसाचा मारा घेत आपल्याला असेच पुढे जायचे आहे. त्या धुंदीत आम्ही सिनेमातली गाणीही म्हटली अगदी घसा खरवडून म्हटली. वा! भटक्याचे जीवन खरोखर किती मजेदार! वारा, वादळ, सूर्यप्रकाश, पाऊस सगळ्यांनाच सारखे लेखीत पुढे पाऊल टाकायचे. त्यांचे हे घर केवढे विशाल! चार भिंतीच्या घरात स्वतःला कोंडून घेणाऱ्या सामान्य लोकांचे जीवन यापुढे किती क्षुद्र किती नीरस!....

आम्ही दोघे क्षणभर खरोखरच भटक्याचे जीवन मनाने अनुभवत होतो. मोठमोठ्यांदा म्हणत होतो, ''पुढचे पाऊल पुढेच टाका,'' पण राजाला त्याचे काही सुखदुःख असल्याचे दिसत नव्हते. छत्री उघडून ती डोक्यावर धरून तो शांतपणे बसून राहिला होता.

दिवसभर आम्ही हे सोंग आणले. पण ते किती वेळ टिकणार! संध्याकाळपासून मुसळधार पावसाने अशी झोड उठवली की नावेत जिकडेतिकडे पाणीच पाणी झाले. अन्न तर सगळेच ओलेचिंब होऊन गेले. अंगावरचे कपडे भिजून वळले होते आणि वाळून पुन्हा भिजले होते. आता नावेतले उरलेसुरले कपडेही ओले झाले. खायचे पदार्थ, कपडे, सामानसुमान सगळे पाण्यात बुडायची वेळ आली. अन्न तर इतके पाणचट झाले की ते डोळ्यांनी बघवेना. मग खायची गोष्ट लांबच राहिली. टाकून देण्यापेक्षा मोत्याला दिलेले बरे असे म्हणून ते त्याच्यापुढे टाकले. पण त्यालाही ती गोष्ट अपमानाची वाटली असावी. समोर ठेवलेल्या जिनसाकडे ढुंकूनही न पाहता तो मुकाट्याने नावेच्या दुसऱ्या बाजूला जाऊन बसला.

फारच पाऊस लागला की कोठेतरी आडोशाला थांबावे, जरा उघडले की पुढे चालू लागावे. अशी ऊठबस करीत आम्ही आणखी काही मजल मारली. पण रात्र झाली तसे मात्र गळाठल्यासारखे वाटू लागले. काठाला नाव थांबवून आम्ही तिथेच मुक्काम केला. डब्यात उरले-सुरले चार कोरडे पदार्थ होते. कापडी आच्छादनाच्या आत बसून आम्ही त्यांच्या फडशा पाडला. मग करमेना. थोडा वेळ पत्ते खेळण्याचा

प्रयत्न केला. तास दीडतास पाच-तीन-दोन खेळलो. मग त्याचाही कंटाळा आला. शेवटी पत्तेही फेकून दिले आणि घटकाभर गप्प मारल्या.

बोलता बोलता राजाने कुठल्या तरी एका ओळखीच्या माणसाची कथा सांगितली. हा माणूसही म्हणे असाच नावेतून जात होता आणि अवचित मुसळधार पावसात सापडला. रात्रभर पावसात भिजला. मग काय विचारता? दुसऱ्या दिवशी घरी परत गेल्यावर जे त्याने संधिवाताने अंथरूण धरले ते काही सुटले नाही. झाले, दहा-पंधरा दिवसात सगळा खेळ खलास अन् काय!

राजाने सांगितलेली ही गोष्ट ऐकून आमच्या डोक्याचे केस ताठ उभे राहिले.

"बापरे! राजा खरं म्हणतोस काय?"

"तर काय! अन् तरुण माणूस रे अगदी." राजा गंभीर मुद्रेने पुढे म्हणाला, "अगदी आपल्याच वयाचा म्हणेनास. लग्नसुद्धा ठरलं होतं बिचाऱ्याचं. पण कसलं काय अन् कसलं काय! सगळा खेळ आटोपलान काय! फार वाईट झालं, फार वाईट झालं."

आम्हीही सुस्कारे सोडले. माना हलवल्या.

थोड्या वेळाने बंडूलाही आपल्या मित्राची गोष्ट आठवली.

"अगदी अशीच रात्री." बंडू मान हलवून जड आवाजात म्हणाला, "असा आपला तंबूत झोपलेला. रात्री झाला पाऊस सुरू. ऐकलं नाही लेकानं. हट्टीपणाने तसाच झोपला झालं. ओलाचिंब होऊन रात्रभर भिजला अन् सकाळी उठल्यावर काय महाराज!...."

"काय झालं?" आम्ही कुतूहलाने विचारले.

"जन्माचा लुळापांगळा झाला, जन्माचा. आता परत गेलो म्हणजे वाटलं तर जाऊ आपण त्याच्याकडे. बघितल्यावर काळीज तुटतं. वाटतं, एवढा तरणाताठा सशक्त गडी, पण... फार वाईट बुवा!"

आम्ही सगळ्यांनाच हळूहळू भीती वाटू लागली. गप्पांना पुढे हेच वळण लागले. मग संधिवात, अर्धांग, दमा, खोकला, क्षय इत्यादी रोगांवर आणि आजारीपणावर आम्ही फारच मजेदार गप्पागोष्टी केल्या. आम्हाला भीतीही वाटली आणि मोकळेही वाटले.

शेवटी बंडू काळजीच्या सुरात म्हणाला, "काय रे, आपल्यापैकी कुणी आता रात्रीतनं एकदम आजारी पडलं तर मग? काय करायचं?"

राजाने चेहरा लांबोडा केला. मान हलवली.

"होय बुवा, डॉक्टर तरी कुठून आणणार आपण इथं?"

इतक्या सगळ्या गप्पा झाल्या आणि मग सगळेच गप्प बसून राहिले. कुणीतरी या परिस्थितीतून काही तोड काढावी असा भाव प्रत्येकाच्याच तोंडावर दिसला. पण

कुणी विषयाला तोंड फोडायला तयार होईना.

उगीच बसून राहणे चमत्कारिक वाटू लागले म्हणून मी सहज बोलून गेलो,

"अरे, गप्प का सगळे? राजा, तुझा निदान फ्ल्यूट तरी काढ अन् वाजव, एखादं मजेदार गाणं, कविता काहीतरी वाजव. म्हण. तेवढाच वेळ जाईल."

संकोच हा प्रकार राजाला अजिबात माहीत नाही. मी आपले सहज बोललो काय, पण एवढेच धरून राजाने सामानातून फ्ल्यूट बाहेर काढलासुद्धा. बंडूने नेहमीप्रमाणे त्या गोष्टीला विरोध केला. पण राजा ऐकता ऐकेना. फ्ल्यूट तोंडाला लावून त्याने सुरुवात केलीसुद्धा. पण बराच वेळ झाला तरी काही आवाजच येईना. आम्ही आश्चर्याने तोंडाकडे पाहू लागलो. विचारले,

"काय रे, काय झालं?"

राजाने तोंड बाजूला केले आणि एक शिवी उच्चारीत तो बाजूला पाण्यात थुंकला. त्याच्या तोंडातून माती बाहेर पडलेली दिसली. थू: थू: करीत तो म्हणाला,

"सगळा चिखल जाऊन बसलाय फ्ल्यूटच्या तोंडात. काढायला गेलो ओढून तर माझ्याच तोंडात आला लेकाचा. फ्ल्, फ्ल्!... हॅट्!"

बंडूचे डोळे आनंदाचे चमकले. तो काहीतरी बोलणार होता तेवढ्यात तो म्हणाला,

"फ्लूट सालं नाही तर नाही. मी गाणं म्हणतो छान ऐका."

"गाणं?" बंडू गाणे म्हणणार या कल्पनेनेच आम्ही बावरून गेलो.

"गाणं म्हणजे काय? कविता."

"कुठली बुवा."

"आनंदी आनंद गडे."

'आनंदी आनंद गडे' ही कविता आनंदाचा भाव दर्शविणारी आहे, अशी इतके दिवस माझी समजूत होती. पण बंडूने अशी काही विलक्षण चाल गळ्यातून काढली की मी अगदी थक्क होऊन गेलो. पुढे तर असे सूर त्याने काढले की मी आणि राजा दोघेही चुळबुळ करू लागलो. एकमेकांच्या गळ्यात पडावे आणि रडू लागावे असे आम्हाला वाटू लागले. डोळ्यातले पाणी मोठ्या प्रयासाने आम्ही आवरले आणि बंडू म्हणत असलेली कविता लक्षपूर्वक ऐकू लागलो. बंडूचा गळा तर भरून आला होता. कसेबसे त्याने स्वत:ला सावरले. एक-दोन कडवी जिवाच्या कसबावर ऐकली. पुढे मात्र अगदी अशक्य झाले. विशेषत: 'गडे' हा शब्द उच्चारताना दर वेळी बंडूच्या स्वरात अगदी विलक्षण कारुण्य येई. त्याने तर आमची मने हेलावून गेली. शेवटी शेवटी मी गळा काढला. राजा तर एखाद्या लहान मुलाप्रमाणे ओक्साबोक्शी रडू लागला. मोत्यानेही सारखे भुंकून, भुंकून स्वत:चा जीव घाबरा करून टाकला. बंडू आणखी घोळून घोळून ही कविता म्हणणार होता.

पण आम्ही त्या कल्पनेला विरोध केला म्हणून बरे. नाहीतर पुढे काय झाले असते याची कल्पनाच करवत नाही.

आता दुसरा काही कार्यक्रम करण्याच्या मन:स्थितीत आम्ही नव्हतोच. झोपेची आराधना करीत आम्ही स्वस्थ पडून राहिलो. केव्हा डोळा लागला हे कळलेही नाही.

सकाळी जागा झालो तेव्हा थोडे थाडे काहीतरी तोंडात टाकले झाले.

दुसराही दिवस असाच उजाडला. सकाळपासून पुन्हा संततधार सुरू झाली ती काही थांबेचना. कनातीच्या आत आम्ही स्वस्थ बसून राहिलो. आपण कुणी भटके मुसाफीर आहोत अशी उगीचच कल्पना करून आम्ही कालचा दिवस कसाबसा निभावला होता, आजही तशी कल्पना करून पाहिली. पण फारसा उत्साह वाटेना. आपण राजा, बंडू आणि बाळू आहोत, दुसरे कुणी नव्हेत, हेच सारखे मनात येऊ लागले.

एका मुद्द्यांबाबत मात्र आमचे एकमत होते. पंधरा दिवसांची ही सहल मध्येच अशी अर्धवट सोडायची नाही. मग काय वाटेल ते होवो. कुठल्याही अडीअडचणीला जुमानायचे नाही. मग बेहेत्तर आहे आमचे प्राण वेचावे लागले तरी! हां, आमचे काही बरेवाईट झाले, तर चार मित्रांना वाईट वाटेल ही गोष्ट खरी. त्यातली काही माणसे रडतील. त्यांना फार मोठा धक्का बसेल ही गोष्ट खरी. पण त्याला आता काय उपाय? अशा संकटांना भिऊन, घेतलेले काम अर्धवट टाकणे, ही गोष्ट भ्याडपणाची आहे. आता माघार शक्य नाही.

'शूर मर्दाचा पवाडा, शूर मर्दाने गावा'–

बंडू तुच्छतेच्या सुरात म्हणाला.

''ह्यॅ:! पाऊस-पाऊस म्हणजे अशी काय गोष्ट आहे! एक दोन दिवस राहील फार तर. तो काय कायमचा पाठीमागे लागणार आहे आपल्या! अरे, पुण्याचा पाऊस हा! फार वेळ कुठला आलाय टिकायला.''

''अगदी बरोबर! हा: हा:'' मी हसून म्हटले. पण हसणे नीटसे जमले नाही.

राजा तर काहीच बोलला नाही.

नाव मधूनमधून वल्हवीत आम्ही एव्हाना खडकीच्या जरा पुढे आलो होतो. सकाळ उलटून गेली होती. दुपारही कलू लागली होती. दोन वाजून गेले असावेत. आता यापुढे काय कार्यक्रम करायचा यावर आम्ही संथपणे चर्चा करीत होतो. फुलेगाव येईपर्यंत नाव अशीच वल्हवत न्यावी आणि तिथेच रात्री मुक्काम करावा असे साधारणपणे ठरले.

प्रश्न उरला होता फक्त जेवणाचा. सकाळपासून पोटात काही नव्हते. भुकेने आतडी तुटायची वेळ आली होती. पण शिल्लक तर काहीच नव्हते. काय करायचे हा प्रश्न होता.

बराच वेळ आम्ही एकमेकांच्या तोंडाकडे पाहात होतो.

शेवटी बंडू खाकरला. घसा मोकळा करून म्हणाला,

''मला वाटतं, असं करावं –''

आम्ही प्रश्नार्थक मुद्रेने त्याच्याकडे पाहू लागलो.

''इथून खडकी तसं काही फार लांब नाही –''

''मुळीच नाही.'' मी म्हणालो, ''मधल्या वाटेनं गेलो तर फार तर अर्धा तास. बरं मग?''

''खडकी स्टेशन जवळ आहे. तिथं मिळेल झकास जेवण आपल्याला –''

''अन् गाडीही मिळेल मुंबईची.'' राजा थंडपणाने म्हणाला.

''म्हणजे काय बुवा?''

''उगीचच वेड पांघरून पेडगावला जाऊ नका आता.'' राजा एकदम कडाडला, ''काय चावटपणा चाललाय? इथं नावेत बसून भिजून काय मरायचा विचार आहे काय? आता चार वाजायला येतील. अर्ध्या तासात खडकीला पोचू आपण. हॉटेलात कुठे तरी खाऊन घेऊन झकास. सहा-साडेसहाला गाडी मिळेल मुंबईची तिथं. सरळ मुंबई गाठायची अन् काय!''

''आं? अन् नावेचं काय ह्या! का द्यायची सोडून पाण्यातच?''

''देऊ ठेवून कुठल्यातरी बोटिंग क्लबात. त्यात काय आहे? मालकाला कळवू मागाहून पत्रानं म्हणजे झालं. फार तर चार पैसे जास्त देता येतील. घेऊन जाईल तो नाव इथनं.''

एवढा संवाद झाल्यावर सगळीकडे एकदम शांतता पसरली. कुणीच काही बोलले नाही. आम्ही सगळे पुन्हा एकमेकांकडे पाहू लागलो. आमच्या मनात काय चालले होते, ते दुसऱ्याच्या तोंडावर आम्हाला अगदी स्पष्ट दिसत होते. त्या विलक्षण शांततेतच आम्ही भराभरा सामान काढले आणि बॅगांतून भरले. इकडे तिकडे नदीच्या पात्रात लांबवर पाहिले. कुणीही आसपास दृष्टीच्या टप्प्यात नव्हते!

सुमारे तासाभरानी कुणीतरी नदीकाठचा देखावा पाहायला हवा होता, तो पाहिला असता तर त्याला दिसले असते की, दाढी वाढलेले मळक्या पोशाखातले तीन इसम हातात सामानाची जड ओझी वागवीत अगदी गुपचुप खडकीच्या वाटेला भराभर लागले आहेत आणि त्या तिघांच्या पाठोपाठ शरमिंद्या चेहऱ्याचा एक कुत्राही लगबगीने निघाला आहे!

बोटिंग क्लबमधल्या नोकराच्या हातावर चार पैसे ठेवून आपले काम साधून घेतले. आमची चिठ्ठी घेऊन येणाऱ्या माणसाला ही नाव द्यायची असे बजावून नाव त्याच्या ताब्यात दिली आणि तिथून सटकलो.

खडकी स्टेशनवर येईपर्यंत पाच वाजले. भूक अशी कडकडून लागली होती

की सामानसुमानासह तसेच आम्ही हॉटेलात घुसलो. हॉटेलातले सगळे लोक आमच्याकडे विचित्र दृष्टीने पाहू लागले. आमचे पोशाख पाहून मालकाने आमची फारच आस्थेने विचारपूस केली आणि आमच्या जवळ पैसे आहेत किंवा नाहीत हेही मोठ्या प्रेमळपणाने विचारून घेतले. आम्ही खिशातून नोटा काढून दाखवल्या तेव्हा त्याचा चेहरा खुलला, तोंडावरून पाणी निथळावे तसे त्याच्या तोंडावरून समाधान निथळू लागले.

या प्रकारामुळे हॉटेलमधल्या सगळ्यांचे लक्ष आमच्याकडे शेवटपर्यंत लागून राहिले होते!

ते पाहून आम्हाला फारच धन्यता वाटली.

हॉटेलच्या एका कोपऱ्यात बसून आम्ही सपाटून खाल्ले. इतके खाल्ले की ते अगदी हाती-पायी उतरले. खुर्चीवर बसल्या बसल्या तसेच आम्ही पाय ताणले. आणि डोके पाठीमागे टेकवले. डोळे मिटले. इतक्या दिवसांचा सगळा शिणवटा आता अंगात उतरला.

बंडूने आणि मी पडल्या पडल्या डोळे किलकिले केले. हाताशी असलेली खिडकी अर्धवट उघडली. पाहिले तो बाहेर पावसाची धार सतत चालू होती. सगळीकडे चिकचिक झाली होती, ओल्या झालेल्या डांबरी रस्त्यावर अंधूक दिव्याचा उजेड चमचमत होता. कडेने गढूळ पाणी खळखळत लांबवर वाहात चालले होते. थंडगार वारे भणाभणा करून वाहात होते. अंगाला झोंबतच होते. हातातल्या छत्र्या सावरीत रस्त्यावर मधून मधून माणसे जाता येताना दिसत होती....

बघता बघता बंडूला गहिवरून आले. त्याचा स्वर घोगरा झाला.

"मित्रांनो," तो म्हणाला, "आपली पंधरा दिवसांची सहल अखेरीस आज संपली. मला वाटतं... ही सहल आपण कधीही विसरणार नाही..."

आम्ही दोघांनी माना हलवल्या.

पाव बिस्किटे खाऊन मोत्याही सुस्त झाला होता. उगीच पडून होता, पण बंडूचे हे शब्द ऐकल्यावर तो सावध झाला. दोन पायावर बसला आणि मोठ्यामोठ्यांदा भुंकला. आमचा प्रवास संपला, अगदी यशस्वीपणे संपला हे त्यानेही मान्य केले.

– आणि मग अखेर ही मजेदार सहल खरोखरीच संपली!

□